கால தானம்

கால தானம்

வழக்கறிஞர் சுமதி

Title: Kaala Dhaanam
Author's Name: Vazhakkarignar Sumathi

Published by Ezutthu Prachuram

Ezutthu Prachuram
(An imprint of Zero Degree Publishing)
No. 55(7), R Block, 6th Avenue,
Anna Nagar,
Chennai - 600 040

Website: www.zerodegreepublishing.com
E Mail id: zerodegreepublishing@gmail.com
Phone: 89250 61999

Ezutthu Prachuram First Edition: January 2023
ISBN: 978-93-95511-47-6
TITLE NO EP: 406

Cover Design: Humshini
Layout: Vijayan, Creative Studio

சமர்ப்பணம்

தன் அன்பால், அறிவால், அடக்கத்தால், பணிவால்,
நிறை குணத்தால் என்னை என்றும் வழிநடத்தும்
ஆலமர்ந்த குருநாதர்
திரு பி.என். பரசுராமன் அவர்களுக்கு.

வினையே உயிர்!

வழக்கறிஞர், சொற்பொழிவாளர், சுமதியின் ‘கல்மண்டபம்’ நாவலை இருபதாண்டுகள் முன்பு வாசித்தேன். வெளியானதும் கோவையில் அதற்கோர் அறிமுக விழா நடந்தது. அதில் பங்கேற்று உரையாற்றினேன். உரை எனக் கூறுவது மிகைக்கூற்று. பேசினேன் என்பதுவே சரியாக இருக்கும். அந்த நாவலின் பாடுபொருள் இதுவரை தமிழில் கூறப்படாதது. சிறுவாணி வாசகர் மையம் வெளியீடாக அந்த நாவல் அண்மையில் மறுபதிப்பு கண்டபோது திரும்பவும் வாசித்தேன். புதுமை குன்றாத வாசிப்பு அனுபவம். ‘கல்மண்டபம்’ மூலம் வழக்கறிஞரான, சொற்பொழிவாளரான சுமதி, தன்னையோர் படைப்பிலக்கியவாதியாகவும் நிறுவிக்கொண்டார்.

இப்போது இந்தச் சிறுகதைத் தொகுப்பு ‘கலைமகள்’ மாத இதழில் வெளியான பன்னிரண்டு கதைகளும், ஆனந்த விகடன் வார இதழில் வெளியான இரண்டு கதைகளுமாக, பதினான்கு சிறுகதைகள். ‘கால தானம்’ எனும் தலைப்புடன் வெளியாகும் இத்தொகுப்பின் பெரும்பான்மையான கதைகள் நகர்ப்புறப் பெண்களின் பாடுகளையும் அன்றாட வாழ்வின் நெருக்கடிகளையும் பேசுவன. சிக்கலில்லாத மொழியில் சீராகப்

பேசுகிறார். வாழ்க்கையின் முரண்களை ‘வானப்பிரஸ்தம்’ கதை ஓர் எடுத்துக்காட்டு. கன்னியாஸ்திரி ஒருவரின் அகமனப் போராட்டங்களைக் காய்தலும் உவத்தலும் இன்றிப் பேசுவது ‘யாத்திரிகம்’ எனும் கதை. ஹென்றி ஆல்ஃபர்ட் கிருஷ்ண பிள்ளை, ஜான் பனியன் எழுதிய துறக்கப் பயணம் என்ற நூலை ‘இரட்சணிய யாத்திரிகம்’ என்ற பெயரில் தமிழ்ப்படுத்தினார். அதில் ஒரு பாடல், உயர்நிலைப் பள்ளியில் எனக்குப் பாடமாக இருந்தது.

“தன்னரிய திருமேனி சதைப்புண்டு தவிப்பெய்தி
பன்னரிய பலபாடு படும்போதும் பரிந்து எந்தாய்
இன்னதென அறிகிலார் தாம் செய்வது இப்பிழையை
மன்னியும் என்று எழிற் கனிவாய் மலர்ந்தார் நம் அருள்வள்ளல்”

என்பது முழுப் பாடல். அந்தப் பாடலை எனக்கிருந்த கதை நினைவூட்டியது. ஆம், இன்னதென அறிகிலார் தாம் செய்த பிழையை மன்னிக்கக் கோரும் கதை.

‘தன்சு’ என்றழைக்கப்படும் ‘தனம்’ என்கிற பூ விற்றுப் பிழைக்கும் பெண்ணின் பேரவலத்தைச் சொல்வது. ரனைக்காரி எனும் கதை. ரசனை என்பது மேல்தட்டு வர்க்கத்துக்கான பட்டயம் மட்டுமே அல்ல என்பதை நிறுவுவது.

எத்துறை சார்ந்த குருவாக இருந்தாலும் அவர் மனதிலும் பட்சபாதங்கள் உண்டென்றும், அந்தத் தாரதம்யம் மாணாக்கர் மனதிலும் வாழ்க்கையிலும் பாராதீரமான மாற்றங்களை ஏற்படுத்தும் என்றும், தீவிரமாகப் பேசுகிறது ‘ஏகலைவம்’. குருத்துவத்தின் சோகங்களில் ஒன்று நடுநிலை பிழைத்தல். வரலாற்றில் நெடுக பார்க்கலாம் இதனை.

‘கால தானம்’ என்பது தொகுப்பின் தலைப்புக் கதை. தானங்களில் பல வகை. தானம் என்ற சொல்லே மிகச் செறிவானது. அதை விரித்துப் பேச இங்கு வாய்ப்பில்லை. இதுவரை கேள்விப்பட்டிராத தானமாக இருக்கிறது ‘கால தானம்’. அதன் பொருள் விளங்க முதுமை வந்து எய்த வேண்டியதும் இருக்கிறது. கால விரயம் என்பதோர் பழிச்சொல். கால தானம் என்பது மேன்மையான சொல்.

நம்மை ஒருவர் அவரது சொற்பக் காரணங்களுக்காக, அனுகூலங்களுக்காகக் காண வருகிறார் என்றார், அந்தச் சந்திப்பால் குறிப்பாக எந்தப் பயனும் நமக்கு இல்லையெனில், அவருக்காக நாம் ஒதுக்கும் நேரம் என்பது கால தானம்தானே! அதிலும் வேறோர் பிரதிகூலம் உண்டு நமக்கு. ஒருவர் காலை பத்து மணிக்கு நம்மைக் காண வருவதாகக் கூறுவார், செய்தியும் அனுப்புவார். நாமும் குளித்து, உடை மாற்றி, ஆயத்தமாக அமர்ந்திருப்போம். அவர் பன்னிரண்டரை மணிக்கு வந்து சேருவார். எந்தத் தயக்கமும், வருத்தமும், கூச்சமும், குற்ற உணர்வும் இன்றி. இதை நாம் கால தானம் என்பதா, மெத்தனம் என்பதா, சுரண்டல் என்பதா?

'கால தானம்' கதையின் கரு எனக்கு சிறப்பாகக் தோன்றியது. ஒருவேளை முதுமையும் குறுகிவிட்டது என்பதனால், 'காற்றாரைக் கற்றாரே காமுறுவர்' என்பதைப்போல இருக்கலாம். இந்தக் கதையை வாசித்து முடித்ததும் சோகம் தனித்து தொனிக்கிறது.

இந்தச் சிறுகதைத் தொகுப்புக்காக, வழக்கறிஞர் சுமதிக்கு வாழ்த்துச் சொல்லும் இந்தச் சந்தர்ப்பத்தில், 'கல்மண்டபம்' போன்று மொழித் தீவிரத்துடனும், கலைநுட்பத்துடனும், பாடுபொருள் கனத்துடனும் நாவல் எழுத முயல வேண்டும் என்ற எதிர்பார்ப்பையும் தெரியப்படுத்துகிறேன்.

வினையே ஆடவர்க்கும் பெண்டிர்க்கும் உயிரே!

மிக்க அன்புடன்
நாஞ்சில் நாடன்
6.12.2022
கோயம்புத்தூர்-*641 042*

என்னுரை

அப்போது நான் சென்னை சட்டக்கல்லூரி மாணவி. கல்லூரிகளுக்கு இடையே நடக்கும் கலை இலக்கிய போட்டிகளில் பங்கு பெறுவதை ஒரு பேரார்வமாகக் கொண்டு திரிந்த வசந்த காலம் அது.

லயோலா கல்லூரியில் *'Down Sterling'* என்ற ஒரு கலை விழாவில் சிறுகதைப் போட்டி நடத்தினார்கள். ஒரு வகுப்பறைக்குள் அமர்ந்து இரண்டு மணி நேர அவகாசத்தில் கதை எழுதி சமர்ப்பித்தோம்.

'பூனை' என்ற என் சிறுகதை முதல் பரிசு பெற்றது. அந்தப் பரிசு கொடுத்த மகிழ்ச்சியைவிட, அந்தப் போட்டிக்கு என் அன்பிற்கும் மரியாதைக்கும் உரிய பிரபஞ்சன் அவர்கள்தான் நடுவர் என்பதே பேருவகை அளித்தது.

பிரபஞ்சன் என் கதையை தேர்வு செய்தார் என்ற நினைப்பு என்னை ஒரு அடி உயரமாக உள்ளுக்குள் உயர்த்தியது.

அன்று தொடங்கிய என் எழுத்துப்பணி 'துக்ளக்' பத்திரிக்கையில் தொடர் கட்டுரை எழுதும் அற்புத வாய்ப்பாகத் தொடர்ந்தது. பிறகு 'கல் மண்டபம்' வெளிவந்தது.

ஆனந்த விகடனில் எழுதிய கட்டுரைத் தொடர் 'கண்டதைச் சொல்கிறேன்' என்னும் நூலாக மலர்ந்தது.

விகடன் ஆசிரியர் திரு.கண்ணன் 'அம்மா', 'மெய்ப்பட வேண்டும்' என்ற இரண்டு சிறுகதைகளைப் பிரசுரித்து என்னை மீண்டும் எழுதத் தூண்டினார்.

கலைமகள் ஆசிரியர் கீழாம்பூர் திரு. சங்கர சுப்பிரமணியன் அவர்கள் ஓராண்டுகாலம் மாதம் ஒரு சிறுகதை எழுதும் வாய்ப்பை எனக்கு வழங்கினார்.

என் எழுத்துப் பணிக்கு இந்த இருவரின் பேரன்பும் புத்துணர்ச்சி கொடுத்தது. அவர்களுக்கு நான் என்றென்றும் கடமைப்பட்டுள்ளேன்.

அலைகள் கரை மோதி அங்கிருக்கும் மணல் பரப்பை அரித்துச் செல்கிறதா அல்லது சமன்செய்து செல்கிறதா என்பதை வெகு நாட்கள் புரிந்து கொள்ள முடியாமல்தான் இருந்தது. அரிப்பதே சமன்செய்யத்தான் என்று தோன்றிய நிமிடம் அமைதி பிறந்துவிட்டது. 'கால தானம்' தொகுப்பில் உள்ள எல்லாக் கதைகளும் அப்படியான அலைமோதல்களே - என் கண் முன்னே நிகழ்ந்தவை.

இவை உண்மைச் சம்பவங்களின் புனைவா என்றால் ஆம் என்று முற்றிலுமாய் சொல்லிவிட முடியாது. வெவ்வேறு தருணங்களில் நான் கண்ட நிகழ்வுகளை மனத்தில் தேக்கி அதனைக் கட்டமைத்து புனைந்தேன் என்பதே சற்று சரியாக இருக்கும்.

'கால தானம்' தொகுப்பில் உள்ளவர்கள் இன்றும் வாழ்ந்து கொண்டு இருக்கிறார்கள்.

'வானப்பிரஸ்தம்' கதையை வாசித்துவிட்டு என்னிடம் ஆயிரம் பெண்களாவது தாங்களும் அவ்வாறு ஒரு புறப்பாட்டுக்கு தயாராக இருப்பதாகஉள்ளக் குமுறலுடன் தெரிவித்தார்கள். நீதி தவற்றினால் தர்மம் தொலைத்த நூறு பேராவது 'மனவாசம்' கதையைச் சொல்லி அது தங்களுக்கே நிகழ்ந்ததென உடைந்து அழுதிருக்கிறார்கள்.

‘ரசனைக்காரி’ தன்ஸூவும், ‘அடவுகள்’ வீணாவும், ‘பட்டாபிராம் ரயிலடி’யின் மரகதமும் நம்மோடு வாழ்ந்துகொண்டு இருப்பவர்கள்.

இத்தொகுப்பில் அவர்களைப் பற்றிப் பேசுவதில் ஏதோ ஒரு துக்கமும் கோபமும் கலந்தே ஏற்பட்டது. கொட்டித் தீர்த்தபின் கொஞ்சம் அமைதி பிறந்தது.

இந்தக் கதைகளை ‘கால தானம்’ என்ற தொகுப்பாக பிரசுரிக்க முன்வந்த ஜீரோ டிகிரி ராம்ஜிக்கும், காயத்ரிக்கும் என் நெஞ்சார்ந்த நன்றி.

என் வேண்டுகோளுக்கிணங்கி முன்னுரை வழங்கிய என் பெருமதிப்பிற்குரிய ஐயா நாஞ்சில் நாடன் அவர்களுக்கு உளப்பூர்வமான வணக்கங்களையும் நன்றிகளையும் தெரிவித்துக்கொள்கிறேன்.

என் எண்ணப்படி வண்ணங்களைக் குழைத்து நீர்வண்ணப் பெருமாளின் நிறம் நினைவூட்டும் அட்டைப் படத்தை வடிவமைத்த ஹம்சினிக்கு தீரா அன்பைத் தெரிவிக்கிறேன்.

என் கதைகளை உடனுக்குடன் படித்து கருத்துகளும் திருத்தங்களும் சொல்லி உற்சாகப்படுத்திய அத்தனை அன்பு உள்ளங்களுக்கும் என் நேசமும் நன்றியும்.

என் எழுதுகோலாய், எழுத்தாய், சொற்கும் பொருட்கும் உயிராம் மெய்ஞ்ஞானத்தின் தோற்றமன்ன நிற்கின்ற கூத்தனூர் மஹா சரஸ்வதி தேவியின் பதமலர்த் தாளை பணிந்து சேவிக்கிறேன்.

பணிவன்புடன்
சுமதி
05.01.2023

பொருளடக்கம்

அம்மா

எனக்குக் கல்யாணம். மாப்பிள்ளை பிடித்திருக்கிறது. அப்பா எனக்காக ரொம்பப் பிரயத்தனப்பட்டு இந்த மாப்பிள்ளையைத் தேடிக் கண்டுபிடித்தார். நல்ல படிப்பு பெரிய வேலை, பெரிய படிப்பு - நல்ல வேலை என்ற வழக்கமான தேடல் தளங்களுக்குப் போகாமல், நான், என் ரசனை, என் எதிர்பார்ப்பு; அதுபோலவே மாப்பிள்ளை, அவர் ஆசைகள், கற்பனைகள் எல்லாவற்றையும் அலசித் தேடிப்பார்த்து எங்கள் இருவரையும் அறிமுகப்படுத்தினார். நாங்கள் தீவிரமாக நம்பும் விஷயங்கள், எந்தக் காரணத்தைக் கொண்டும் விட்டுக்கொடுக்க முடியாத எங்கள் விருப்பங்கள் மற்றும் எங்கள் லட்சியங்களை ஒளிவுமறைவு இல்லாமல் பேசச் சொன்னார். நாங்கள் இருவரும் தேவைகளுக்கும் சந்தர்ப்பங் களுக்கும் ஏற்ப, வளைந்துகொடுக்கும் ஒரே அலைவரிசையில் இருந்தோம் என்பதை உணர்ந்து, அப்பாவிடம் சொன்னபோது கல்யாணத்துக்கு ஏற்பாடு செய்தார்.

அப்பா, எதைச் செய்தாலும் திருத்தமாக இருக்கும். அவரை நினைக்கும்போது எனக்கு அவர் செய்த ஒவ்வொரு விஷயமும் ஞாபகம் வரும். எனக்கு ஐந்து அல்லது ஆறு வயது இருக்கும், தினமும் என்னை அவர் பக்கத்தில் ஒரு குட்டி நாற்காலியில் அமரவைத்து நியூஸ் பேப்பரைப் படித்துவிட்டு, அதை எனக்குக் கதை மாதிரி சொல்லிச் சொல்லிப் புரியவைப்பார். கடினமான தமிழ் - ஆங்கில வார்த்தைகளுக்கு அர்த்தம் சொல்லிக்கொடுத்து அதை ஒரு நோட்டுப் புத்தகத்தில் எழுதவைப்பார்.

எம்.பி.ஏ., படித்துவிட்டுப் பெரிய நிறுவனம் ஒன்றில் பொது மேலாளராக அவர் இருந்ததால், மிக நாகரிகமாக உடை அணிவார். தலை வாரிக்கொள்வதில் இருந்து, ஷூ போடுவது வரை ரசனை, ரசனை. எல்லாமே அப்பாவுக்கு ரசித்துச் செய்ய வேண்டும். எப்போது ஹோட்டலுக்குப் போனாலும் நாகரிகம் மாறாது. அப்பா நடப்பது, உணவு ஆர்டர் கொடுப்பது, அதைச் சாப்பிடும்போது ஃபோர்க், கத்தி, ஸ்பூன் என்று அவர் லாகவமாக அதைப் பயன்படுத்துவது எல்லாமே கவிதையாக இருக்கும்.

எனக்கு அப்பா மேல் அப்படி ஒரு பிரமிப்பு. அவரால் மேல்நாட்டு சங்கீதத்தையும் பேச முடியும்; கர்னாடக சங்கீதத்தையும் ரசிக்க முடியும். இந்துஸ்தானிக் கலைஞர்களைப் பற்றியும் துல்லியமாகத் தெரிந்துவைத்திருந்தார். கதைகள் என்று வந்துவிட்டால் லா.ச.ரா., ஜெயகாந்தன், கல்கி, தி.ஜானகிராமன் என்று நிறுத்திக்கொள்ளாமல், சமகால எழுத்தாளர்களையும் வாசிப்பார். அதே மாதிரி ஆங்கிலத்தில் சகலரையும் வாசிப்பார். அப்பா... தமிழ், ஆங்கிலம், இந்தி, சம்ஸ்கிருதம், மலையாளம், கன்னடம் என்று எல்லா மொழிகளிலும் எழுத, படிக்க, பேசக் கற்றுவைத்திருந்தார். இப்படிப்பட்ட அப்பாவைப் பார்த்தால் எப்படி பிரமிப்பு இல்லாமல் இருக்கும்? அந்தப் பிரமிப்பினால்தான் நான் எப்போதும் அப்பா பின்னாடியே சுற்றி அலைந்தேன். அப்பாவின் கம்பீரமே தனி.

அம்மா ஒரு கேரக்டர். உழைப்பாளி. எல்லா வேலைகளையும் இழுத்துப்போட்டுக்கொண்டு செய்வாள். ஆனால், அவளுக்கும்

அப்பாவுக்கும் கொஞ்சம்கூட பொருந்தாது. அம்மா, நன்றாகச் சமைப்பாள். ஆனால், அப்பாவுக்குப் பிடித்தாற்போல் அதை அழகுபட எடுத்துவைத்துப் பரிமாறவெல்லாம் அவளுக்குத் தெரியாது. வாரத்துக்கு ஒருமுறை மார்க்கெட்டுக்குப் போய், இரண்டு பெரிய பை நிறையக் காய்கறிகளை வாங்கிக்கொண்டு மூச்சிரைக்கத் தூக்கியபடி வீட்டுக்குள் நுழைவாள். நடுக்கூடத்தில் அந்த மூட்டையைக் கொட்டி காய்கறிகளைப் பிரிப்பாள். அப்போது அவள் கண்களில் அப்படி ஒரு சந்தோஷம் மின்னும்.

என்னைப் பார்த்து, ‘குடிக்கத் தண்ணீர் கொடேன்...’ என்று குழந்தை மாதிரி கட்டை விரலை உயர்த்திக் கேட்பாள். தண்ணீரைச் சொம்பு நிறைய எடுத்து அதை மடக் மடக்கென்று குடித்துவிட்டு, நடுக்கூடத்தில் ஃபேனை போட்டுக்கொண்டு அசதியில் படுப்பாள். பாதித் தண்ணீர், புடைவை மேல் கொட்டி யிருக்கும்.

அப்பாவுக்கு, அம்மாவின் இதுமாதிரியான நடவடிக்கைகள் சுத்தமாகப் பிடிக்காது. ‘ஏன் இந்தத் தண்ணீரை நாசூக்காகக் குடிக்கத் தெரியவில்லை. காபி குடித்தாலும் இப்படித்தான். புத்தகம்-சொல்லவே வேண்டாம். சுத்தமாகப் படிப்பது கிடையாது. கோணல்மாணலாக நியூஸ் பேப்பரைப் பிரித்துப் படிப்பதோடு சரி. பாட்டுக்கும் அவளுக்கும் தொடர்பே இல்லை. ஐயோ! சினிமா பாட்டைக்கூட ரசிக்காத என்ன பிறவியோ?’ என்று அப்பா சலித்துக்கொள்வார்.

அம்மா, என்னிடம் ஆசையாகத்தான் இருப்பாள். ஆனால், சாப்பிடச் சொல்லிக் கட்டாயப்படுத்துவாள். பள்ளி நாட்களில் தலையில் பேன் விழுந்துவிட்டால், தலை வலிக்க வாருவாள். நான் முரண்டுபிடிப்பேன். எனக்கும் அவளுக்கும் சண்டை வந்துவிடும். நான் அழுதுகொண்டே அப்பாவிடம் போவேன். ‘இல்ல... நிறைய பேன் இருக்கு - அதான்’ என்று அம்மா பயந்தபடியே சொல்வாள். அப்பா, அவளை முறைத்துவிட்டு எனக்கு ஏதோ சமாதானம் சொல்வார். ‘அப்பாவுக்குத்தான் என் மேல் எத்தனை ஆசை’ என்று நான் நினைத்துக்கொள்வேன்.

நான், நான்காவது படிக்கும் வரை இதுபோல் நிறைய சம்பவங்கள். எல்லாவற்றிலும் அம்மாவும் அப்பாவும் தனித்தனித் தீவுகளாகவே இருந்தார்கள். ஆனால், அம்மா அப்பாவிடம் அளவுக்கு அதிகமான பயம்கொண்டிருந்தாள். அப்பா, அம்மாவை அடியோடு வெறுத்தார். அவர்களுக்குள் என்ன பிரச்னை என்று எனக்குத் தெரியவில்லை. திடீரென்று, என்னுடைய நான்காம் கிளாஸ் லீவில் அப்பா என்னை அழைத்துக்கொண்டு தனியாக ஒரு வீட்டுக்கு வந்துவிட்டார். இதற்கு எல்லாம் என்ன காரணம் என்று எனக்குப் புரியவே இல்லை. அப்பாவிடம் கேட்க வேண்டும் என்ற துணிவு எனக்கு இப்போது வரை வந்ததே இல்லை. அப்பாவிடம் அதைப் பற்றிக் கேட்டால் கூட அப்பா வருத்தப்படுவாரோ என்று எனக்குள் ஓர் அச்சம் இருந்தது.

என்னைப் பொறுத்தவரை அப்பா சொக்கத் தங்கம். எல்லாம் பார்த்துப் பார்த்துச் செய்தார். படிப்பு, சாப்பாடு, பொழுதுபோக்கு எல்லாவற்றையும் பார்த்துக்கொண்டார். ஆனால், அம்மாவைப் பிரிந்து வந்தவுடன் எனக்குக் கடுமையான காய்ச்சல் ஏற்பட்டது. அப்போது அவர் அலுவலகத்துக்குப் போகாமல் என் கூடவே ஒரு வாரம் இருந்து பார்த்துக் கொண்டார். அப்பாவின் அன்பில் நான் கரைந்துபோனேன். அம்மாவை நினைத்து ஏங்குவதும் எப்படியோ என்னிடம் மறைந்துபோனது.

கல்யாணம் முடிவாகி பத்திரிகை அச்சடிக்கும் சூழல் வந்தபோதுதான் நான் அம்மாவை நினைத்தேன். அப்படி நினைத்த நொடி, எனக்கே என் மேல் ஒரு வெறுப்பு வந்தது. ‘ச்சே... இப்போதும் என்னை முன்னிறுத்தித்தானே அம்மாவை நினைக்கிறேன். நான் ஏன் இப்படி இருக்கிறேன்? உள்ளூரில் இருந்துகொண்டு நான் ஏன் அம்மாவைப் பார்க்க வேண்டும் என்று நினைக்கவே இல்லை? அம்மாவுக்கு அழகியல் உணர்ச்சியும் ரசனையும் இல்லாமல்போனது அவ்வளவு பெரிய குற்றமா?’

பள்ளிக்கூடத்துக்குப் புறப்படும்போது அம்மா எனக்கு முத்தம்

கொடுப்பாள். அப்பா அதைப் பார்த்துக் கோபப்படுவார். 'குளிச்சியா? எதுக்கு அழுக்கா ஒரு முத்தம்? போற நேரத்துக்கு' என்று அம்மாவை அழுத்தமாக, சன்னமான குரலில் கேட்பார். அம்மாவின் கண்கள் கலங்கிவிடும். 'எல்லாத்துக்கும் ஓர் அழுகை... ச்சே!' என்று சொல்லிக்கொண்டே, தன் பேன்ட் பாக்கெட்டில் வைத்திருக்கும் கர்ச்சீப்பால் அம்மாவின் முத்தத்தைத் துடைப்பார். பிறகு, என்னை அழைத்துக்கொண்டு பள்ளிக் கூட வாசலில் விட்டுவிட்டு ஒரு முத்தத்தை தன் கைகளில் வைத்து என்னைப் பார்த்து அதை ஊதுவார். அவர் அப்படி ஸ்டைலாக ஊத, நான் காற்றில் மிதக்கும் அந்த முத்தத்தைப் பெற்றுக்கொண்டு என் யூனிஃபார்ம் ஜோபிக்குள் போட்டுக்கொள்வேன். அந்தச் சம்பவம் ஏனோ இப்போது நினைவுக்கு வந்தது. அம்மாவை இத்தனை நேரம் ஏன் நினைத்துக்கொண்டேன் என்று தெரியவில்லை.

அன்று மாலை அப்பா கல்யாணப் பத்திரிகையைக் கொண்டுவந்தபோது எனக்கு மனசெல்லாம் கனத்துவிட்டது. அம்மா, அந்தப் பத்திரிகையில் இல்லை. நானும் அம்மாவும் பிரிந்து எத்தனையோ வருடங்கள் ஆகிவிட்டாலும், அம்மாவை இந்த நேரத்தில் மறக்கமுடியாமல் வலித்தது. அப்பாவிடம் சொல்ல வேண்டும் என்று வாயெடுத்தும் துணிவு இல்லாமல் ஓரிருமுறை துடித்துப்போனேன்.

அன்று இரவு அப்பா தூங்கப் போன பின், என் சிறுவயதுப் புகைப்படங்களை எடுத்துவைத்துப் பார்த்துக்கொண்டிருந்தேன். அம்மா, ஒரு போட்டோவில் கூட இல்லை. பழைய நினைவுகள் என்னை என்னமோ செய்தன. அப்பா, உள்ளூரில் இருந்தால் நான் அவரோடுதான் தூங்குவேன். அவர் வேலை நிமித்தமாக வெளியூர் போனால், அம்மாவோடுதான் படுக்கை. அம்மா தூங்கும்போது கதை சொல்வாள். கட்டையாக இருக்கும் அவள் குரலில் கிசுகிசுப்பாக 'சித்திரக்குள்ளன்' என்ற ஒருவனை சிருஷ்டித்து, பலப்பல கதைகள் சொல்வாள். அவன்

வரும்போது எல்லாம் ஒரு பின்னணி இசை கொடுப்பாள். அவள் கதைகள் சொல்லித் தூங்கும்போது, சுகமாக இருக்கும். அப்பா, திரும்பி வந்தவுடன் சித்திரக்குள்ளன் கதை நின்றுவிடும். அம்மாவோடு தூங்க வேண்டும் என்று ஆசை இருந்தாலும், சொல்லமுடியாமல் இருந்துவிடுவேன். அப்பா வந்துவிட்டால், அம்மாவும் இறுகிப்போய்விடுவாள். பயம்... பயம்! அப்படி ஒரு பயம் அப்பாவிடத்தில். அம்மாவை அன்று இரவு முழுக்க நினைத்து அழுதேன்.

காலையில் என் முகத்தைப் பார்த்த அப்பா, ‘ஏம்மா... உடம்பு சரியில்லையோ?’ என்றார். அவரிடம் தப்பித்துக்கொள்ள ‘ஆமாம்பா. ரொம்ப வாந்தி எடுத்திட்டேன்’ என்றேன்.

அப்பா பதறிப்போய் ‘ஃபுட் பாய்சன் ஆகியிருக்கும்; ஆனா, வேண்டாதது வெளிய வந்ததே நல்லது. வா... ஒரு நடை டாக்டரிடம் போகலாம்’ என்றார்.

"இல்லப்பா, இப்ப உள்ள ஒண்ணும் இல்லை. எனக்கு வேண்டியது மட்டும்தான் இருக்கு" என்று சொல்லிவிட்டு நகர்ந்துவிட்டேன்.

அப்பா, எல்லோருக்கும் பத்திரிகை கொடுக்கத் தொடங்கினார். ஒரு வாரம் ஆகியிருக்கும். அன்று மதியம், வீட்டுக்கு ஒரு கூரியர் தபால் என் பெயருக்கு வந்தது. பெரிய பார்சல். விலாசம் கோணல்மாணலான எழுத்தில் தமிழில் எழுதப்பட்டிருந்தது. அந்த பார்சலைப் பிரித்தபோது ஒரு கவர் அதே எழுத்தில் அதற்குள் இருந்தது. உள்ளே சின்னச் சின்னதாகப் பல கலர் பேப்பர்களில் சுற்றியிருந்த பெட்டிகள் இருந்தன. கவரைப் பிரித்து உள்ளே இருந்த கடிதத்தைப் படிக்கத் தொடங்கினேன்.

‘அன்புள்ள சும்மி குட்டிக்கு,

அம்மா ஆசீர்வாதத்துடன் எழுதுவது. உனக்குக் கல்யாணம் என்று கேள்விப்பட்டேன். பக்கத்து வீட்டு புஷ்பாதான்

சொன்னாள். பத்திரிகையையும் காட்டினாள். 'மாமி உங்க பொண்ணு சுமித்ராவுக்குக் கல்யாணம் போல யிருக்கு. பத்திரிகை வந்திருக்கு. என்ன அநியாயம் பாருங்க; உங்க பேரே இல்லாம அந்த மனுஷன் இப்படி ஒரு பத்திரிகையைப் போட்டுருக்கார்' என்று சொல்லிக்கொண்டே வந்து பத்திரிகையைக் காட்டினாள். அவ சொன்னத விடு. பத்திரிகை ரொம்ப அழகா இருக்கு. பையனும் நல்லா இருப்பான்னு நினைக்கிறேன். உனக்குப் புடிச்ச மாதிரியே பையனுக்கும் உன்னைப் புடிச்சிருக்கானு தெரிஞ்சுக்கோடா கண்ணு. உன் கல்யாணத்தைப் பார்க்கணும்னு ஆசை. நான் அங்கே வந்தா, உங்கப்பாவுக்கு ரொம்ப அவமானமாப்போயிரும். உனக்கும் சங்கடம். நான் வர மாட்டேன். என்னமோ உங்கிட்ட ஒரு வார்த்தை பேசணும், உனக்கு ஏதாவது குடுக்கணும்னு தோணித்து.... அதான்.

அப்பா, என்னைப் பொண்ணு பார்க்க வந்தபோது நானும் ரொம்பக் குஷியாயிட்டேன். உங்க அப்பா மாதிரி படிச்ச, பதிவிசா இருக்கிறவரை எந்தப் பொண்ணுக்குத்தான் பிடிக்காது. உங்கப்பா, அவர் அம்மா சொல்லை மீறாதவர். அவர் அம்மா என்கிட்ட, 'அது தெரியுமா... இது தெரியுமா'னு எதுவுமே கேட்கலை. அவளுக்கு என்னவோ என்னை ரொம்பப் பிடிச்சுப் போச்சு. கல்யாணம் பண்ணப் பிறகுதான், அப்பா, அவர் அம்மா சொல்லை மீற முடியாம என்னைக் கல்யாணம் பண்ணியிருக்கார்னு புரிஞ்சது. ஆனா, நான் கல்யாணத்துக்கு முன்னாடியே யோசிச்சிருக்கணும். என்னை மாதிரி பார்க்க ரொம்ப சுமாரா இருக்கிற ஒரு பொண்ணு, பெரிய வெளியுலக அறிவெல்லாம் இல்லாதவளை எப்படி உங்கப்பாவுக்குப் பிடிக்கும்னு. பொண்ணு பார்த்தபோது நான் சந்தோஷப்பட்ட மாதிரியே உங்க அப்பாவும் சந்தோஷப்பட என்கிட்ட ஒரு விஷயமும் இல்லைனு நான் யோசிக்கலையோ? அதனால்தான் எல்லாம் தப்பாயிடுச்சு.

அப்பாவுக்கு என்னோட இருக்கிறது ஓர் ஆயுள் தண்டனை மாதிரி ஆகிடுச்சு. அவர் அம்மா இருந்த வரைக்கும் என்னைப்

பொறுத்துப் போனார். அப்போ உனக்கு இரண்டு வயசுகூட இருக்காது. பாட்டி செத்துப்போனாங்க. அதற்குப் பிறகு எனக்கும் அப்பாவுக்கும் நடுவுல பெரிய பள்ளம். நான் சாதாரணப் பொண்ணு. வேலை பண்ணுவேன். சத்தியமா இருப்பேன். மத்தபடி நீக்குப்போக்கெல்லாம் தெரியாது. ஆனால், அப்பாவுக்கு என்கூட இருக்கிறது நரகமா இருந்ததுபோல. அவருக்கு இருந்த ரசனை, ஞானம், அழகியல் உணர்ச்சி எல்லாம் எனக்கு இல்லையேனு உடைஞ்சு போயிட்டார். உன்னை எடுத்துக் கட்டிண்டு ஆசைல காட்டுத்தனமா நான் கொஞ்சினாக்கூட, அவருக்குக் கோபம் வரும். உனக்கு நான் முத்தா குடுத்தாக்கூட, அவருக்குப் பிடிக்காது. ஏதோ இன்ஃபெக்ஷன் ஜெர்ம்ஸ்னு கத்துவார்.

கடைசியா ஒருநாள் உன்னைக் கூட்டிண்டு போயே போயிட்டார். இதோ இப்ப வரைக்கும் மாசாமாசம் என் சாப்பாட்டுக்குப் பணம் அனுப்புறார். எனக்கும் வேற கதி இல்லே. வக்கத்துப்போய் நானும் வாங்கிக்கிறேன். ஏனோ அதை நினைச்சா, துக்கமா இருக்கு. உங்கப்பா வேற ஒரு கல்யாணம் பண்ணியிருந்தாக்கூட எனக்கு சமாதானம் ஆகியிருக்கும். இப்படி இருந்ததுதான் எனக்குப் பெரிய தண்டனை. இதோ இப்பவரைக்கும் அவருக்குப் பிடிச்ச மாதிரி வாழறேனானு தெரியாது. இப்ப கொஞ்சம் புஸ்தகம் படிக்கிறேன்; பாட்டுக் கேட்கிறேன். அவர் நினைக்கிறது எனக்கு வரலை. ஆனால், எந்தவிதத்திலும் நான் அவர் வழிக்குப் போகாம ஒதுங்கியிருக்கேன். மனசுல இருந்ததை உன்கிட்ட சொல்லத் தோணித்து. இந்தப் பார்சலை உனக்கு அனுப்பணும்னு தோணித்து.

நான் சொல்ற மாதிரி ஒண்ணொண்ணாப் பிரியேன் - மொதல்ல அந்த நீலக் கலர் பேப்பர் சுத்தின டப்பாவைப் பத்திரமாப் பிரி. அதுக்குள்ளே இருக்கிறது என்ன தெரியுமா? உன் குட்டிக் குட்டிப் பல்லு. உன்னைப் பார்க்கணும்னு தோணும்போதெல்லாம் இந்தப் பல்லைத்தான் பார்த்துப்பேன். உன் நடுப்பல்லு விழுந்தவுடனே நீ ரொம்ப அழுத. நான் உன்னை அடிக்கடி

'ப்ரிட்ஜ் ப்ரிட்ஜ்'னு உன் ஓட்டைப்பல்லைப் பார்த்துக் கேலி பண்ணா, கோவிச்சுண்டு ரூம் ஓரத்துல போய் மொறைச்சுண்டு மூலையில நிந்துப்பே. உன் ரெட்டைப் பின்னலும், ஃப்ரில் வெச்ச சொக்காவும், ரிப்பனும் இப்பவும் அப்படியே மனசுல இருக்கு. ரொம்ப நேரம் நின்னுட்டு அப்படியே உட்கார்ந்து தலையச் சாய்ச்சுத் தூங்கிடுவ. உன்னைத் தூக்கிண்டு போய்ப் படுக்கவெச்சா, எழுந்ததும் 'ஏன் தூங்க வெச்சே?'னு கேட்டு மறுபடியும் அழுவ. அப்பா வருவதற்குள் உன்னைச் சமாதானம் செய்யப் போதும் போதும்னு ஆயிரும்.

அப்படியே அந்த ரோஸ் கலர் டப்பாவைப் பிரிச்சுப் பாரு. அதுதான் இப்ப நான் சொன்ன விஷயம் நடந்தபோது நீ போட்டிருந்த ஃப்ரில் வெச்ச சட்டை, ரிப்பன் எல்லாம். அப்புறம், அந்த மஞ்சள் கலர் பாக்கெட் ஒண்ணும் இருக்கும் பார்... அது தொடும்போதே மெத்துன்னு இருக்குல்ல; உள்ள பாரேன். நீ மொதமொதல்ல ஒரு பக்கமாத் திரும்பிப் படுத்தபோது உனக்கு வெச்ச குட்டித் தலைகாணி அது. உனக்கு அப்போ சுருட்டைச் சுருட்டையாத் தலைமுடி இருக்கும். கன்னமெல்லாம் உப்பி அந்தக் கூளித் தலைமுடியோட பக்கவாட்டுல திரும்பி கையை வாய்ல போட்டு சொத்து சொத்துன்னு சத்தம் போட்டுண்டுருப்பே. அழகா இருப்பே. சில சமயம் ஆசை தாங்காம உன் கன்னத்தைக் கொஞ்சமாக் கடிச்சிடுவேன். காட்டுக் கொஞ்சல்தான். ஆசை தாங்காமத்தான். லேசாத்தான் கடிப்பேன். ஆனா, நீ ஒன்னு அழுதுடுவே. அப்பா முறைப்பார். திட்டு விழும். அப்புறம் இரண்டு நாளுக்கு உன்கிட்ட வரவே விட மாட்டார். காவல்காரன் மாதிரி சுத்திச் சுத்தி வருவார்.

சரி, அதுல ஒரு பச்சைக் கவர் இருக்கே... அது ரொம்ப விசேஷம். அதைப் பிரியேன். அதுக்குள்ள ஒரு வெள்ளை வேட்டி இருக்கா. உம்! அது வேட்டி இல்லை. அப்பாவோட அங்க வஸ்திரம். அதுலதான் உனக்குக் குட்டிக் கிருஷ்ணர் வேஷம் போட்டு வேட்டி கட்டிவிட்டேன். அந்த வேட்டியில் உன் வாசனை, அப்பா வாசனை ரெண்டும் இப்பவும் இருக்கும்.

அதுகூட ஒரு முத்துமாலையும் ஒரு பவழ மாலையும் இருக்கா. அதுதான்டா எங்கிட்ட இருந்த ரெண்டே விலையுள்ள பொருள்கள். உனக்கு அழகா சிவப்பு, வெள்ளைனு மாறி மாறிப் புருவத்துல பொட்டு வெச்சு, நாமம் போட்டு அதுக்கு ஏத்தமாதிரி இந்த ரெண்டு மாலையும் போட்டுவிடுவேன்.

ஒரு குட்டிக் கொண்டையும் மயில் தோகையும் இருக்கா? அதுகூட நான் உனக்கு அப்ப வெச்சு விட்டதுதான். அதுல இருக்க சின்னப் பவுடர் டப்பாவும் பஃப்பும் நீ பொறந்த உடனே வாங்கினது. அதுல உனக்குப் போட்டு மிச்சம் உள்ள பவுடர் கொஞ்சம் சேத்துவெச்சிருந்தேன். அதுல பவுடர் வாசனையோட உன் வாசனைதான்டா அதிகமா இருக்கும்.

குட்டிக் கண்ணு... வெள்ளைக் கலர் கவர் ஒண்ணு இருக்கா? அதுக்குள்ள ஒரு போட்டோ இருக்கும் பார். ஆர்வமாக எடுத்தேன். நீயும் நானும் இருக்கும் ஒரே போட்டோ இதுதான். இத உனக்கு அனுப்பலாமா... நானே வெச்சிக்கலாமானு ரொம்ப யோசிச்சேன். ஏன்னா, இதைத் தவிர வேறே எதுவுமே உன் உருவம்னு எங்கிட்ட இல்லை. அப்புறம் இதை உன்கிட்டேயே குடுத்துடணும்னு தோணித்து. என் போட்டோவே உன்கிட்ட கிடையாதுல்ல? அதான் உன்னை நினைச்சிண்டாலே, எனக்குப் போதும்; போதும். இந்தப் போட்டோவைக்கூட அப்பாகிட்ட ரொம்ப கெஞ்சிக்கேட்டு எடுத்துண்டேன். உன் அழகான முகத்துக்குப் பக்கத்துல என்னைச் சேத்து வெச்சுப் பார்க்கவே அப்பாவுக்குப் பொறுக்கலே. எனக்கு அதைப் புரிஞ்சிக்க முடியுது. ஆனா, அன்னிக்கு யார்கிட்டயும் காட்ட மாட்டேன்னு சத்தியம் பண்ணி அடம்புடிச்சு நான் எடுத்துண்ட போட்டோதான் அது. இதுவரைக்கும் யாருக்கும் காட்டினது இல்ல. நீதான் ஃபர்ஸ்ட். யார்கிட்டயும் காட்டிடாதே. ப்ளீஸ்.

என்கிட்ட இருந்த எல்லாத்தையும் கொடுத்திட்டேன். ஆனா, என்னைக் கொடுத்து உங்க அப்பாவைக் கஷ்டப்படுத்திட்டேன். அதை நினைச்சாத்தான் மனசுக்குப் பாரமா இருக்கு. அதற்குப் பலனை இப்பவே அனுபவிச்சிட்டேன்னு நெனைக்கும்போது,

நிம்மதியாகவும் இருக்கு. சரி, இதெல்லாம் இப்போ எதுக்கு? பத்திரமா இரு. சந்தோஷமா இரு. சௌக்கியமா இருடா சும்மி குட்டி.

அன்புடன்
அம்மா

அந்தப் பார்சலை நான் இறுக்கிக்கொண்டேன். சுயநலம் இல்லாத மனதைவிட எது பெரிய அழகியல், ரசனை, நாகரிகம் என்று உடைந்துபோய் அம்மாவின் அந்தப் படத்தின் மீது விழுந்து அழுது அரற்றினேன்.

'அம்மா அம்மா காட்டுத்தனமாக் கட்டிக்கோமா கன்னத்தைக் கடிம்மா' என்று கெஞ்சினேன்.

அம்மா என்றோ கொடுத்த முத்தம் கன்னத்தில்... ஈரமாக!

ஆனந்த விகடன் - 1.1.2014

மெய்ப்பட வேண்டும்

இத்தனை பெரிய சதஸில், என் குழந்தை என்ன செய்யப் போகிறானோ? என்ற பதற்றம், எனக்குள் அப்பிக்கொண்டது. இதே அரங்கத்துக்கு பலமுறை நான் வந்திருக்கிறேன். இதனுடைய பிரமாண்டம் அப்போதெல்லாம் என் மனதில் படிந்ததே இல்லை.

தான் உடுத்தியிருக்கும் உடையைப் பற்றிச் சிறிதும் கவலைப்படாமல், என்னை மட்டும் அற்புதமாக அலங்காரம் செய்து, இதே அரங்கத்துக்கு அழைத்து வருவார் அப்பா. அந்த மிகப் பெரிய கூட்டத்தில், நான் தனியாகத் தெரிவேன். அப்பா சொல்வார், 'டேய் ஒருநாள் இந்த மேடையிலும் நீ தனியா தெரியணும்!' என்று. அப்போதெல்லாம், அப்பாவை நான் வெறுமையோடு பார்ப்பேன். 'இவரை பெரிய வியாபார முன்னோடினு ஊரே கொண்டாடுது. ஆனா, இவரு ஏன் இப்படி 'சங்கீதம்... சங்கீதம்'னு பைத்தியம் பிடித்து அலையுறார்' எனத் தோன்றும்.

அப்பாவை எல்லோரும் மிகுந்த மரியாதையோடு வரவேற்பார்கள். கச்சேரி தொடங்கி சற்றைக்கெல்லாம், அப்பா முதல் வரிசையில் இருந்து திரும்பிப் பார்ப்பார். அரங்கம் நிறைந் திருப்பதைக் கண்டு என்னிடம், 'ஒருநாள் நீ பாடும்போதும் இதே மாதிரி அரங்கம் நிறைஞ்சிருக்கணும். உன் பாட்டு, பல பேருடைய உயிரை... மனசாட்சியை அப்படியே உலுக்கணும். வெறும் சங்கீத ரசிகர்களைச் சேர்க்குறது மட்டும் லட்சியம் இல்லைடா... அது மூலமா உன்னதமான ஆத்மாக்களைப் பரிணமிக்க வைக்கிறதுதான் உன் வேலை. காசு, பணம் தேடி அலையும் கஷ்டத்துல நீ இல்லை உனக்கு ஆண்டவன் கொடுத்திருக்கும் அரிய வாய்ப்பு இது. உன் நேரத்தை உனக்கு எப்படி விருப்பமோ, அப்படி உபயோகிக்கலாம். இந்த உன்னதமான சங்கீதத்தில் அதைப் பயன்படுத்திக்கோ. உன் வயசில் நான், 'சாதத்தோட தொட்டுக்க ஏதாவது கிடைக்காதா? இன்னிக்கும் வெறும் கரைச்ச மோர் சாதம்தானா'னு ஏங்கி ஏங்கி பணத்தைத் தேட ஆரம்பிச்சேன். வெறி, பைத்தியம்... கார், வீடு, அந்தஸ்து, வியாபாரம் எல்லாம் வேணும்னு வெறி; பொல்லாத காசு மேலயும் வசதி மேலயும் வெறி. அன்னிக்கு நிலைமையில எனக்கு வேற என்ன தோணியிருக்கும்?

இதோ இப்போ நாற்பத்தைந்து வயசுல என் கிட்ட எல்லாமே இருக்கு. எங்க விழா நடந்தாலும் மதிச்சுக் கூப்பிடறாங்க. சில சமயம் குத்துவிளக்கு ஏத்தி வைக்கச் சொல்றாங்க. மரியாதை, மாலை எல்லாம் தானா கிடைக்குது. இதெல்லாம் அந்தக் காசுக்குத்தானே. வியாபாரத்துலே ஜெயிச்சதாலேதானே! என்கிட்ட என்ன கலை இருக்கு? ஒரு கலையால், கடவுளைப் பார்க்க முடியும்; காட்ட முடியும். ஆனா, காசால முடியாது. விட்டுடாதே விட்டுடாதே' - அப்பா பைத்தியம்போல் பல நாள் என்னிடம் பேசியிருக்கிறார்.

எனக்கு சங்கீதம் பிடிக்கும். ஆனால், அப்படியே எனக்குள் சுவீகாரம் செய்துகொள்ள வேண்டும் என்று தோன்றவில்லை. அப்பாவின் வியாபார நுணுக்கங்களை எல்லாம், ரசிக்க முடிந்தது; தெரிந்துகொள்ளத் தோன்றியது. ஆனால், ஏனோ அவரின் இந்த

ஆசையை... வெறியைப் புரிந்துகொள்ள என்னால் இயலவில்லை. அப்புறம் எனக்காக என்னவெல்லாமோ செய்து பார்த்தார். பாட்டு வாத்தியார் வீட்டுக்கு அழைத்துப் போய்விட்டு வெளியிலேயே இரண்டு மணி நேரமும் உட்கார்ந்திருப்பார். வெளியில் வந்தவுடன், 'என்ன நடந்தது... என்ன சொல்லிக் கொடுத்தார்?' என்று ஆர்வமாகக் கேட்பார். பதிலை நான் அரையும்குறையுமாகச் சொல்லிவிட்டு, வெறிச்சென்று அவர் வண்டியில் உட்கார்ந்து கொள்வேன். அந்த மாதிரி நேரங் களில், மிகவும் பதட்டத்துடன் இருப்பார் அப்பா. 'நல்லா பாடிடுவே இல்ல?' என்று அவர் கேட்கும்போது பரிதாபமாக இருக்கும். இந்தக் கூத்துகள் எல்லாம் கிட்டத்தட்ட எட்டு-ஒன்பது வருட காலங்கள் நடந்தன.

'உம்ம பையன் பாடுறானா?' என்று யாராவது அப்பாவைக் கேட்டுவிட்டால் துடிப்பார். 'கத்துக்கறான். பண்ணுவான் என்ன அவசரம். நிதானமாக வரட்டும்' என்று நம்பிக்கையோடு சொல்வார். அப்பா, என் மீது நம்பிக்கை இழக்கிறார் என்று நான் கல்லூரி செல்லத் தொடங்கிய வருடத்தில் புரிந்துகொண்டேன். அதற்குப் பின் அப்பா என்னிடம் அதிகமாக சங்கீத விஷயங் களைப் பேசுவதை நிறுத்திக்கொண்டார். நானும் பேருக்கு பாட்டு கிளாஸுக்குப் போய் வந்தேனே தவிர, அதில் எதுவும் செய்ய உத்தேசிக்கவே இல்லை.

அப்பா வியாபாரத்தில் நாயாக உழைத்தார். முன் எப்போதும் பார்க்காத அளவுக்குக் கடுமையாக வேலை பார்த்தார். வெறித்தனமாகப் பாடல்கள் கேட்டார். தூங்கும்போது அருகில் ரெக்கார்டரை வைத்துக்கொண்டு ராகத்தின் வழியே வெளிப்படும் சந்தங்களைக் கவனத்துடன் கேட்டார். ஒவ்வொரு வாரமும் ஒரு ராகம் மாறும். நான் வாத்தியாரிடம் கற்றுக்கொண்ட சங்கீதத்தைவிட அப்பா கேட்கும் பாட்டைக் கேட்டு நிறையத் தெரிந்துகொண்டேன்.

காலப்போக்கில் அப்பா, வியாபாரம், பாட்டுக் கேட்பது எல்லாம் எங்கள் வீட்டில் சராசரியான சம்பவங்களாகிவிட்டன. சின்ன வயதிலேயே அம்மா காலமாகிவிட்டதால் நான், அப்பா என்று

மாறி மாறி வளைய வரும் வீட்டில், உடனிருந்த இன்னொரு நபராக சங்கீதம் இருந்தது. அப்பா வெறித்தனமாகச் சம்பாதித்த பணத்தில் நம்பமுடியாத பங்களா, கார் எல்லாம் வாங்கினார். நான் கேட்டபடி எல்லா வியாபாரத்தையும் ஏற்படுத்தித் தந்தார். என் விருப்பப்படியே கல்யாணமும் செய்து வைத்தார்.

சித்ரா, எங்கள் வீட்டுக்குள் வந்தபின், எங்கள் எண்ணிக்கை நான்கு ஆனது. நான், சித்ரா, அப்பா, சங்கீதம்! அப்பாவும் நானும் பேசுவதே நாளா வட்டத்தில் குறைந்துபோனது. எப்போதும் எதையோ பறிகொடுத்தது போலவே இருந்தார். வலிந்துபோய் கேட்டாலும், ‘இல்லையே... ரொம்ப ஹாப்பியா சக்சஸ்ஃபுல்லா இருக்கேன்’ என்பார் அமைதியாக!

‘அது இல்லப்பா... நீங்க ஏதோ ஒண்ணை நினைச்சு உள்ளுக்குள்ளே தவிக்கிற மாதிரியே தோணுது!’

‘ஒண்ணுமில்லப்பா. என்னைப் பத்திக் கவலைப்படாம சித்ராவோடு எங்கேயாவது வெளில போய்ட்டு வா!’ என்று அனுப்பிவிடுவார்.

சில சமயம் அப்பா தனக்குள் ஏதோ பேசிக்கொண்டு இருப்பதாகத் தோன்றும். ‘என்னப்பா... ஏதாவது சொன்னீங்களா?’ என்று ஜாடையாகக் கேட்டால், நீண்ட மௌனத்துக்குப் பின், ‘ஒண்ணும் சொல்லலியே..’ என்று ஒரு வார்த்தையில் பதில் சொல்லிவிட்டு தன் ரெக்கார்டரோடு உட்கார்ந்துவிடுவார். ஒரு கட்டத்தில் அப்பா, விளம்பரத்தில் வரும் சின்னச்சின்ன சங்கீதத்துக்கும்கூட ராகம் சொல்லிச் சிலாகித்தபோது எனக்குக் கவலையாகவும் உறுத்தலாகவும் இருந்தது. தனக்குக் கிடைக்காதது தன் மகனுக்கேனும் கிடைக்க வேண்டும் என்று நினைத்த அப்பாவை, நான் சரியாகப் புரிந்துகொள்ளவில்லையோ என்று மனம் கனத்துப்போகும்.

அப்பா உள்ளுக்குள் இப்படி உருகுவது ஊரில் எவருக்குமே தெரியவில்லை. அதை என்னால் மட்டுமே ஆழமாக உணர முடிந்தது. மற்றவர்களுக்கு எப்போதும் பிரமிப்பாகவும்

பிரமாண்டமாகவும் தெரிந்த அப்பா, எனக்கு மட்டும் உயிர் வதையில் உழலும் ஒரு ஜீவனாகத் தெரிந்தார்.

கைவிட்டு காலம் நழுவிய அந்தத் தருணங்களில்தான், நான் சங்கீதத்தைப் பற்றி எவ்வளவு அலட்சியமாக இருந்துவிட்டேன் என்று மெதுவாகப் புரிய ஆரம்பித்தது. அப்பாவின் கனவு சங்கீதம். அதை நான் ஏன் காண வேண்டும் என்ற ஏதோ ஒரு வீம்பில் இருந்துவிட்டேனோ! தனக்குக் கிடைக்காத அந்தப் பெரிய சொத்து எனக்கு எப்படியாவது வசப்பட வேண்டும் என்ற அப்பாவின் ஆசையைக் கொஞ்சம்கூடப் புரிந்துகொள்ளவில்லையோ என்று மெதுமெதுவாக எனக்கு உரைக்கத் தொடங்கியது. ‘இந்த வயசுல இப்படி வெறியா ராகத்தை எல்லாம் தெரிஞ்சுண்டு, உங்கப்பா என்ன பண்ணப் போறார்?’ – சித்ரா கேட்டபோது, ‘தயவுசெய்து அந்த ஒரு விஷயத்தைப் பத்தி மட்டும் நீ பேசாதே!’ என்று அவளைக் கண்டித்தேன். நான் சித்ராவை அப்படிக் கடிந்ததே இல்லை. அன்று இரவு அப்பா வீட்டுக்கு வரும்போது மிகச் சோர்வாக இருந்தார்.

‘அப்பா ப்ளீஸ்... நான் சொல்றதைக் கேளுங்க. ஒரு மாசம் இந்த வியாபாரத்தை எல்லாம் விட்டுட்டு எங்கேயாவது நிம்மதியா போய்ட்டு வாங்க’ என்று எப்படியோ தைரியத்தை வரவழைத்துக்கொண்டு சொன்னேன். அப்பா என்னை ஊடுருவி ஒரு பார்வை பார்த்துவிட்டு ஒன்றும் பேசாமல் போய்விட்டார்.

அடுத்த நாள் காலை சித்ரா கர்ப்பமாகி இருக்கும் தகவல் தெரியவந்தது. இதை அப்பாவிடம் சொன்ன போது சித்ராவின் தலையில் கைவைத்து, ‘நல்லாயிரு’ என்று சொன்னார். அப்போது ஏனோ அவர் கண்களில் திடீரென நீர் ஊற்றுபோல வழிந்தது. அடுத்த நிமிடம் அழுகை வெடிக்க அப்படியே தன்னைக் கட்டுப்படுத்திக்கொண்டு அவர் அறைக்கு ஓடிவிட்டார். அன்று முழுவதும் அவர் வெளியே வரவேயில்லை. ஆனால், அவர் அறையில் பலமாக பல ராகங்கள் மாறிமாறி ஒலித்துக்கொண்டே இருந்தன! அதற்குப் பிறகு, ஓரிரு நாட்கள்

அப்பா தன் இயல்பில் இருப்பதுபோல் வெளியே போய் வந்தார். ஆனால், மெலிந்துகொண்டே போனார். சித்ராவை டாக்டரிடம் அழைத்துப்போக வேண்டிய நாள் வந்தது. அப்பா அன்று வழக்கத்துக்கு மாறாக வீட்டில் இருந்தார். அவரிடம் சொல்லிக்கொண்டு புறப்படும்போது மனதில் ஏதோ ஒரு வலி. அது, 'நான் அப்பாவை ஏமாற்றிவிட்டேன்' என்ற வலி என்பதை துல்லியமாக உணர முடிந்தது.

அன்று வீடு திரும்பிய பின் அப்பா என்னிடம், 'எல்லாம் நல்லபடியா இருக்குல்ல' என்று கேட்டார். சித்ராவைப் பக்கத்தில் உட்காரச் சொன்னார். 'ஒண்ணுமில்ல... சும்மாதான்மா' என்றவர் உடனே, 'சரி போங்க... சாப்டுட்டுத் தூங்குங்க' என்றார். அவரது நடவடிக்கைகள் விநோதமாக இருந்தன.

மறுநாள் காலையில் அவர் அறையின் கதவைத் தட்டியபோது, கதவு திறந்தே இருந்தது. அறையில் அப்பாவுக்கு மிகவும் பிடித்த பாகேஸ்வரி ராகம் ஒலித்துக்கொண்டிருந்தது. சித்ரா அப்பாவின் பக்கத்தில் போய் நின்ற விதத்தில் எனக்கு ஏதோ ஒரு பயம் வந்தது. மிகுந்த தயக்கத்தோடு அவர் அருகில் சென்று நின்றேன். 'இனி அப்பா இல்லை' என்று எல்லா ஏற்பாடுகளையும் செய்யத் தயாரானபோது, அப்பாவின் நெருங்கிய நண்பர் என்னிடம் ஓர் உயிலைக் காட்டினார். அதைப் படித்த மாத்திரத்தில் அதிர்ந்துபோனேன்.

'என் வியாபாரத்தை ஏற்கப்பிடித்த என் மகனுக்கு, ஏனோ என் கனவை ஏற்றுக்கொள்ளப் பிடிக்கவில்லை. என் சொத்தெல்லாம் அவன் ஒருவனுக்குதான். ஆனால், என்னுடைய கடைசிக் காரியங்களை அவன் செய்து முடிக்கக் கூடாது. என் அஸ்தியை மட்டும் சேமித்து வைக்கவும். என்றாவது ஒரு நாள் யாராவது என் குடும்பத்தில் பாடுவார்கள். அவர்களைப் பார்க்கும் வரை நான் அஸ்தியாகவாவது இங்கு இருக்கிறேனே? இது யாரையும் தண்டிக்கும் எண்ணத்தில் இல்லை. என் மனதின் வலி. எங்கோ ஓர் இடத்தில் என் முன்னோர்கள் வைத்திருந்த சங்கீதச் சங்கிலி எப்படி எப்படியோ அறுந்துவிட்டது. அதை

ஏன் நான் பற்றினேன் என்று புரியவில்லை. என் சொத்தைக் கொடுத்ததைப் போல என் பாரம்பரியத்தை, கலாசாரத்தை என் பிள்ளைக்குக் கொடுக்க நினைத்தது குற்றமாகத் தெரியவில்லை. அன்று கனவு காண 'வசதி' என்ற கண்ணில்லை எனக்கு. ஆனால், அதைக் காணும் வசதி என் மகனுக்கு இருந்தது. அதற்கான திறமையும் இருந்தது. ஆனால், அவனுக்கு மனதில்லை. அவன் கண்களில் என் கனவு இல்லை. 'காசும் கனவும் எப்போதும் ஏன் ஒன்றாக இருப்பதில்லை?' என்ற கேள்வியோடு என் வாழ்க்கை முடிகிறது. என் அஸ்தியை சங்கீதத்தில் சாதிக்கும் ஒருவன் கரைக்கட்டும். அதுவரை கரை சேரக் காத்திருப்பேன்!'

அப்பாவின் உடலை யாரோ ஒருவரிடம் கொடுத்து எரியூட்டியபோது நெஞ்சே வெடித்துவிட்டது. அப்பாவின் ஒவ்வொரு நாளும் எவ்வளவு நரக வேதனையாக இருந்திருக்கிறது என்பதை உணர்ந்தபோது, எப்படி அதைத் தாங்கிக் கொண்டிருந்தார் என்று புரியவே இல்லை!

அப்பா இறந்த ஒரு மாத காலத்துக்குள் கணேஷ் பிறந்தான். அவனுக்கு மூன்று வயது இருந்தபோது திடீரென்று ஒருநாள் ஒரு விளம்பரத்தைப் பார்த்து, 'அப்பா... இது ஆபோகிதானே?' என்று கேட்ட போது நான் அதிர்ந்தேன். அப்பாவின் தொடர்பினால் தெரிந்து வைத்திருந்த சங்கீத வித்வானிடம் கணேஷை அழைத்துக் கொண்டு போனேன். அவர் கேட்கக் கேட்க கணேஷ் பேசிய விஷயங்கள் வித்வானுக்கே ஆச்சர்யமாக இருந்தது. 'சரஸ்வதி கடாட்சம் இருக்கு' என்று அடுத்த நாளே பாட்டுச் சொல்லிக் கொடுக்கத் தொடங்கினார். இப்படிப்பட்ட ஒரு சதஸில் திரைக்குப் பின் அமர்ந்திருக்கிறான். கச்சேரி முடியும் வரை எனக்குப் பதற்றமாகவே இருந்தது. ஆனால், அடுத்த நாள் முதல் எல்லா பத்திரிகையிலும் கணேஷைப் பற்றி வந்திருந்த செய்திகள் என்னை நெகிழவைத்தன. 'இந்த நெகிழ்ச்சியைத் தானே என் அப்பா பார்க்க ஆசைப்பட்டார். 'உன் கனவு, என் கனவு' என்று பிரித்துப் பார்த்து நான் எவ்வளவு கொடூரமாக

இருந்துவிட்டேன். அப்பாவின் மெல்லிய உணர்வுகளுக்கு எவ்வளவு அலட்சியத்தைச் சமர்ப்பித்துவிட்டேன்' என்று மனசு அழுதது. ஆனால், அப்பாவுக்குச் செய்யவேண்டிய சமஸ்காரத்தை நினைத்துக்கொண்டேன்.

சித்ராவிடம் சொல்லிவிட்டு, மறுநாள் வீட்டுக்குச் சில வைதீகர்களை வரவழைத்தேன். நாள் குறித்து கணேஷை அழைத்துக்கொண்டு எங்கள் சொந்த ஊரான கும்பகோணத்துக்குப் போனோம்.

'கணேஷ் இது உங்க தாத்தாவோட அஸ்தி. இதை நீதான் கரைக்கணும்னு அவர் ஆசைப்பட்டார்' என்று சொல்லி அவன் வயதுக்குத் தக்க நடந்தவற்றைச் சொல்லி அவனை ஆற்றங்கரைக்கு அழைத்துப் போனேன். அகமர்ஷன சுக்தத்தை நீரில் கரைத்த கணேஷ், கரையேறி அப்படியே மயங்கி விழுந்து விட்டான். பதறிய என்னைத் தேற்றி, 'ஒண்ணுமில்ல. சின்னக் குழந்தைதானே... பயந்திருப்பான்' என்று ஆற்றுப்படுத்தி வீட்டுக்கு அனுப்பினார்கள் அங்கு இருந்தவர்கள். கணேஷைத் தூக்கிக்கொண்டு வரும்போது, அப்பா என்னைத் தூக்கிக் கொண்டு கச்சேரிக்குப் போவது ஞாபகம் வந்தது. 'கணேஷ்... கணேஷ்' என்று மனசுக்குள் அரற்றியபடியே வந்தேன். கணேஷ் அதற்குப் பின் சில மணி நேரம் எதுவுமே பேசவில்லை.

காரில் உடனடியாக சென்னையை நோக்கிப் புறப்பட்டோம். ஆற்றங்கரையைத் தாண்டும்போது கணேஷ், என்னை ஆழமாக ஒருமுறை பார்த்தான். இதுவரை அவன் என்னை அப்படிப் பார்த்ததே இல்லை. வண்டியை நிறுத்தச் சொன்னான். எதற்கும் காத்திருக்காமல் காலையில் நாங்கள் நமஸ்காரம் செய்த அதே படித்துறைக்குப் போய் நின்றான். தண்ணீரில் கை வைத்துப் பார்த்தான். எனக்குப் பயமாகவும் பதட்டமாகவும் இருந்தது.

'கணேஷ்... என்னடா ஆச்சு? என்னைத் தெரியறதா?' என்று அவனை இறுக்கிக்கொண்டேன். கணேஷ் நிதானமாக என்னைப் பார்த்தான். பின் தண்ணீருக்குள் பார்த்தபடியே, 'எல்லாம் தெரியறதுபா. நீ, அம்மா எல்லாம்' என்றான்.

'பாட்டு. பாட்டு ஞாபகம் இருக்கா? அது என் கனவுடா; எங்கப்பாவோட கனவு' என்று கவலையோடு சொன்னேன்.

மறுபடியும் கணேஷ் அந்தத் தண்ணீரை ஒருமுறை ஆழ்ந்து பார்த்துவிட்டு என்னிடம் திரும்பினான்.

'ம்... அது என் கனவுப்பா. மறக்கவே மாட்டேன். எனக்கு எல்லாம் ஞாபகம் இருக்குப்பா. நீ, அம்மா, பாட்டு, நான் எல்லாம்... எல்லாம்!' என்றான்.

ஆனந்த விகடன் - *18.9.2013*

வானப்பிரஸ்தம்

ஹம்பியிலிருந்து பேலூர் செல்லும் வழிநெடுக எதோ ஒரு சொல்ல முடியாத சந்தோஷம் உடம்பு முழுக்கப் பரவிக்கொண்டிருந்தது. காருக்குள் வாணிஜெயராமின் திருத்தமான குரல் பந்துவராளியில் தொடங்கி ராகமாலிகையில் ஒலித்துக்கொண்டிருந்தது.

> "எனக்காக நீ அழலாம் இயற்கையில் நடக்கும்
> நீ எனக்காக உணவு உண்ண எப்படி நடக்கும்
> நமக்கென்று பூமியிலே கடமைகள் உண்டு
> அதை நமக்காக நம் கையால் செய்வது நன்று."

இழைத்து இழைத்து சந்தனம் பூசுவதுபோல மென்மையாக, குழைவாக, குளுமையாக மனதின் கொந்தளிப்புகளையெல்லாம் ஒரு கணப்பொழுதில் சமன்படுத்தி தீட்சை தருவதான குரல். வண்டியை ஓரம் கட்டிவிட்டு ஜன்னலைத் திறந்துவிட்டு அப்படியே காற்று வீச அமைதியாக இருந்தாள் அமிர்தா.

நமக்கென்று பூமியிலே மனசுக்குள் பாட்டு ஓடியது ஸ்வதர்மத்தைக் கவிஞரால் மட்டும்தான் இவ்வளவு எளிமையாகச் சொல்லி விட முடியும் என்று தோன்றியது.

மீண்டும் அதே வருடலான வரிகள் இந்த முறை அதைக்கேட்டபோது என்னவோ குமுறிக்கொண்டு வந்துவிட்டு. உடைந்து விம்மி லேசான ஒரு வலி நெஞ்சுக்கூட்டில் தெறிக்க கண்களிலிருந்து வழிந்த நீரைக் கண்டுகொள்ளாமல் அப்படியே வழியவிட்டு நெஞ்சில் மெலிதாகத் தோன்றிய வலியை ரசித்து அனுபவித்தாள் அமிர்தா .

இது எனக்கே எனக்கான பாட்டு. எனக்கே எனக்கான தருணம். யாருடைய தலையீடும் இன்றி மிக அமைதியாய், நிதானமாய் என் மன அமைதியைச் சொட்டுச் சொட்டாய் நான் பருகும் தருணம். மன அழுத்தம் கரையும்போது ஏற்படும் வலி தரும் இன்பத்தை சங்கீதத்தோடு கரைத்துக் கரைத்து நான் வெளியேற்றும் தருணம் இது. இந்தத் தருணத்திற்காகத்தானே காத்திருந்தாய் அமிர்தா? மனசு கேட்க ஆமாம் ஆமாம் என்று பதில் ஓங்கியே வெளிவந்தது.

காற்றில் கண்ணீர் உலர்ந்திருந்தது. கார் கதவில் வைத்திருந்த பாட்டிலின் தண்ணீரில் முகம் கழுவி சுற்றும் முற்றும் பார்த்தாள். இன்னும் அரைமணி நேரம் வண்டி ஓட்டினால் ஒரு சிறிய ஊரை அடைந்துவிடலாம். சூடாக ஒரு தேனீர் அடித்தால் சுகமாக இருக்கும் என்று தோன்றியது. புது வண்டியின் வாசனையும், உள்ளே தனக்கே பிடித்த அக்குவா வாசனை திரவத்தின் சுகந்தமும் மீண்டும் ஒரு கிளர்ச்சியை மனம் முழுக்கப் பரவச்செய்தது. எந்த அதிர்வும் இல்லாமல் நூற்றி இருபது கிலோ மீட்டர் வேகத்திலும் கார் நிதானமாகப் போய்க்கொண்டிருந்தது.

'இது - இது தாண்டி நீ- எங்க போய் தொலைஞ்ச இவ்ளோ நாளும்?' - அமிர்தா, தன் கன்னத்தில் தானே ஒரு செல்ல அறை விட்டுக் கொண்டாள். சரி விடு விடு- இப்ப குஷியாத் தானே இருக்கு- இத அனுபவி; மறுபடியும் உன்னை நீயே கரிச்சிச் கொட்டிக்காத. அன்பா இரு; உங்கிட்ட நீ அன்பா இரு- உள்ளுக்குள்ளிருந்து ஒரு குரல் உத்தரவிட்டது. சரி என்பதாக அந்தக் குரலுக்குத் தலையசைத்தாள். பாட்டு தொடர்ந்தது.

"ஆரம்பத்தில் பிறப்பும் உன் கையில் இல்லை
என்றும் அடுத்தடுத்து நடப்பும் உன் கையில் இல்லை."

உண்மைதானே- இப்படி ஒரு பயணத்தை மேற்கொள்ளப் போகிறேன் என்று நினைத்துக்கூட பார்த்ததில்லையே. இதோ - எடுத்த முடிவில் நிதானமும் ஸ்திரமும் உறுதியும் எப்படி நம்மால் கைக்கொள்ள முடிந்தது என்று நினைத்து பார்க்கும்போது ஒரு கலவையான உணர்வுதான் மிஞ்சியது.

ஏதோ ஒரு ஊர் வருவது தெரிந்தது.

சின்னதாய் ஒரு டீக் கடை, ஒரு பெட்டிக்கடை, ஒரு பலசரக்குக்கடை; அவ்வளவு மட்டுமே அந்த ஊரில். நல்ல அந்திப்பொழுது. காரை ஓரம் கட்டிவிட்டு டீக் கடைக்கு முன்னால் போடப்பட்டிருந்த பெஞ்சில் உட்கார்ந்து சூடா ஒரு டீ என்று சொன்னபோது சந்தோஷமாக இருந்தது.

டீ மாஸ்டர் கைவைத்த மஞ்சள்கலர் பனியன் போட்டிருந்தார். முகத்தில் கன்னட தேசத்துச் சாயல். அமிர்தா சொன்னதில 'டீ' என்பது மட்டுமே அவருக்குப் புரிந்தது.

எதிர் வரிசையில் டீ மாஸ்டரின் பெண் அழகாக தலைசீவி பளிச்சென்று உட்கார்ந்து நோட்டு புத்தகங்களை பையில் அடுக்கிக்கொண்டிருந்தாள். ஆறாம் வகுப்பு படிப்பாள் போலும். படித்து முடித்து விட்ட நிம்மதியோடு பையில் எல்லா புத்தகங்களையும் திணித்துக்கொண்டிருந்தாள். டீ மாஸ்டர் "ஹோகு ஹோகு" என்று விரட்ட அந்தப் பெண் பக்கத்தில் இருந்த சிறிய ஓட்டு வீட்டிற்குள் ஓடி மறைந்தாள். டீ மாஸ்டர் நீட்டிய டம்ளரை அம்ரிதா வாங்கி சொட்டுச் சொட்டாக ரசித்துக் குடித்தாள். இன்னொரு டீ சாப்பிடலாம் போல இருந்தது. இன்னும் ஒரு டீ என்றாள்.

அடுத்த ஊர் எவ்வளவு துரம் என்பதை அவள் கேட்க மொழி புரியாமல் டீ மாஸ்டர் விழித்தார். பொத்தாம் பொதுவாக பெங்களூரு என்று பெயரைச் சொல்லி எவ்வளவு தூரம் என்று சைகையால் கேட்டு முடித்தாள். அவர் புரியவில்லை என்று விழித்தார். இரண்டாவது டீ தயாரானது. ஒரு மிடறு

மட்டும் குடித்துவிட்டு டீயை வைத்துவிட்டுப் புறப்பட்டாள்.

இருள் கவியத் தொடங்கியிருந்தது. காரை மிதமான வேகத்தில் இயக்கி மீண்டும் பாட்டொலியைக் கூட்டினாள்; மீண்டும் "பாதை வகுத்த பின்பு பயந்தென்ன லாபம்" என்று பாட்டு ஒரு தைரியத்தை ஊட்டிக் கொண்டிருந்தது. ஆமாம் எனக்குள் ஏதாவது பயம் இருக்கிறதா? என்று தன்னைத் தானே கேட்டுக்கொண்டாள் - இல்லவே இல்லை என்ற ஒரு இகழ்ச்சியான புன்னகை அவள் உதட்டோரம் வழிந்தது. பயணத்தைத் தொடங்கி இன்றோடு எட்டு நாட்கள் ஆகிவிட்டன. எந்தச் சலனமும் இல்லாமல் மனம் பூரணமாக இருப்பதாகவே அமிர்தாவுக்குத் தோன்றியது. ரியர்வியூ மிரரில் ஒரு முறை தன்னைப் பார்த்துக்கொண்டாள் இன்னும் அந்த இகழ்ச்சியான புன்னகை அவள் உதட்டோரம் மிச்சமாய் ஒட்டிக்கொண்டிருப்பதை அவளால் உணர முடிந்தது. இகழ்ச்சி. எத்தனை விதமான இகழ்ச்சி, புறக்கணிப்பு. அமிர்தாவுக்கு, இப்போது நடந்த எல்லாமே அவள் வெளியே நின்று வேடிக்கை பார்க்கும் சம்பவமாய் மட்டுமே தோன்றியது.

"என்ன ஆச்சு இப்படி திடீர்னு பெட்டி படுக்கையோடு கிளம்பறேன்னு நிக்கற? பைத்தியமா உனக்கு? போன ஞாயிறு மாலை குரு தாங்கமுடியாமல் சற்றே கத்தினான். அமிர்தா கொஞ்சம்கூடப் பதட்டம் காட்டவில்லை." சஞ்சய், அபிதா உங்க அம்மா எதோ பைத்தியம் மாதிரி பேசுறா பாரு" என்று பிள்ளைகளைக் கூப்பிட்டபோது அவன் பதட்டம் மேலும் கூடியிருந்தது.

வழக்கத்துக்கு மாறாக ஓங்கி ஒலித்த தங்கள் அப்பாவின் குரலைக் கேட்டு இருவரும் அவர்கள் அறையில் இருந்து வெளியேவந்தனர். சீராக அடுக்கி வைக்கப்பட்டிருந்த பெட்டியும், பைகளையும் பார்த்த மாத்திரத்தில் அவர்களுக்கு ஒன்றும் புரியவில்லை.

"என்னப்பா என்னப்பா? வாட் இஸ் ஹாப்பனிங்?" என்று கேள்வியோடு நின்றாள் அபி.

“வாட்ஸ் த ப்ராப்ளம்?” என்றான் சஞ்சய்

குரு இன்னும் அதிர்ச்சியிலிருந்து மீள முடியாமல் “இவ பாரு பைத்தியம் மாதிரி எங்கேயோ கிளம்பிப் போறேன்னு பெட்டிய எடுத்துக்கிட்டு நிக்கறா,” என்று பதட்டம், கோபம், ஆத்திரம் எல்லாம் கலந்த கலவையாகப் பேசினான். தினமும் நடைப்பயிற்சி செய்து, டென்னிஸ் விளையாடி, சரியான நேரத்திற்குச் சாப்பிட்டு தன்னைக் கட்டாக, உறுதியாக வைத்திருந்தான் குரு. குருவை பார்க்கும் யாரும் அவனுக்கு 48 வயது என்று நம்ப மாட்டார்கள். அவ்வளவு உறுதியாக இருந்தாலும் இப்போது அவனிடம் ஒரு லேசான நடுக்கம் தெரிந்தது.

“அம்மா - இப்ப என்ன வேணும் உனக்கு?” என்று சற்றே அதிகாரமும் அச்சுறுத்தலும் நிறைந்த தோரணையோடு அபியும் சஞ்சையும் கேட்ட போதும் அமிர்தாவுக்கு எந்தப் பதட்டமும் ஏற்படவில்லை.

அவளின் வழக்கத்துக்குக் மாறான நிதானம், அமைதி அவர்களுக்குள் ஒரு பெரிய கலவரத்தை ஏற்படுத்தியது.

“சரி - உட்காருங்க பேசுவோம்” என்று நிச்சலனமாகச் சொல்லிவிட்டு அமர்ந்தாள் அமிர்தா.

ரொம்ப நாட்களுக்குப்பின் அவர்கள் நாலு பேரும் அன்று தான் ஒன்றாக உட்காருகிறார்கள்.

“சொல்லு” என்றான் குரு

“ம் - சொல்லு” என்றனர் அபியும், சஞ்சயும்.

“ஒண்ணுமில்ல - நான் அப்பிடியே கிளம்பி ஒரு நெடும் பயணம் போறேன்.”

“எங்கம்மா?”

“ப்ரைவசி - இப்ப எனக்கும் அது வேணும்?”

“எங்க போறேன்னு கூட சொல்ல முடியாத அளவுக்கு அப்படி என்னம்மா ப்ரைவசி?”

“இதையே என்னால் உங்க கிட்ட ஒரு முறை கூட கேட்க முடிஞ்சது இல்லதானே? ஒரு போன் கால் பேசும்போது யாருன்னுகூட உங்ககிட்ட நான் கேட்க முடியலை இல்ல?”

“அப்ப என்ன பழிவாங்குறியா?”

“டிட் பார் டாட் இஸ் இட்?”

“சீச்சீ - உண்மையாகவே எங்க போறேன்னு எனக்கே தெரியாது.

“திட்டமிடாம போகணும் எங்க என்ன தோணுதோ அங்க அப்படிப் போகணும்.”

“மனசுக்குப் பிடிச்ச நிறைய இடங்கள் இருக்கு - எல்லா இடத்துக்கும் ஒரு நீண்ட பயணம் - எது முதல் எது கடைசி அப்படியெல்லாம் ஒரு திட்டமும் கிடையாது. என் கூட யாரும் வரல. வரவும் வேண்டாம். இது எனக்கான ஒரு பயணம்.”

“அது என்னம்மா உனக்கானது? ஒரு குடும்பம்; நாங்க எல்லாரும் இருக்கும் போது நீ பேசுறது எதாவது ஒரு அறிவா பேசுறியா? ஏதோ ஒரு கோபத்தில, விரக்தில, பழிவாங்குற உணர்ச்சியில பேசுறமாதிரி இருக்கு. என்ன பிரச்சனை உனக்குச் சொல்லு” அபி எத்தனையோ நாட்களுக்குப் பின் அமிர்தாவின் கைகளை பற்ற முயற்சித்தாள்.”

“ச்சு”- அமிர்தா அப்படியே தன் கைகளை நீட்டினாள். இந்தத் தொடுதல் என் முடிவை எந்த விதத்திலும் மாற்றப்போவதில்லை என்பதான ஒரு உறுதி அந்த நீட்டிய கரங்களை தொடுகையில், அதன் அதிர்வற்ற அமைதியில் அபியால் உணர்ந்துகொள்ளமுடிந்தது.

“அம்மா ப்ளீஸ் - ஆர் யு நம்?” அபியின் குரலில் முதன் முறையாக அச்சமும் குழைவும் தெரிந்தது.

“நாட் அட் ஆல் -நாட் அட் ஆல்; நான் மிகுந்த நிதானத்தோடும் தெளிந்த மனதோடும்தான் இந்தப் பயணத்தைத் திட்டமிட்டேன்”.

“திட்டமிட்டேன்னு சொல்ற - அப்ப டெஸ்டினேஷன்?” எங்க போற ? எங்க தங்குவ? எத்தனை நாள்? எப்படி போகபோறம்மா

- உனக்கு என்ன வேணும்னாலும் நானும் சஞ்சயும் அப்பாவும் தானே இத்தனை நாளாய் பார்த்துக்கிட்டோம் - ஒரு பேங்க், ஒரு நெட் ட்ரான்ஸ்பெர், ஒரு ஓலா கார் புக் பண்றது, ஈமெயில், ஆன்லைன்ல பொருள் வாங்குறது, இவ்ளோ ஏன் ஒரு யூடியூபில் இருக்கற படத்தை டீவில கனெக்ட் பண்ணி பார்க்குறது வரைக்கும் உனக்கு நாங்க எப்பவும் உதவியிருக்கோம் இல்ல? என்ன பிரச்சனை? ஆர் யு ஆல் ரைட்? ஒரு கவுன்சிலிங் போவோமா? ஐ திங்க் நீ ரொம்ப ஸ்ட்ரெஸ் ஆயிருக்க. யு நீட் ரெஸ்ட்."

டேய் சஞ்சய் - பொட்டி எல்லாம் எடுத்து உள்ள வெச்சிட்டு வா- எல்லாரும் ஒரு லாங் டிரைவ் போவோம்..."

அபியின் குரலுக்கு கட்டுப்பட்டவன் போல சஞ்சய் பரபர வென்று எழுந்தபோது

"சஞ்சய்" என்ற அம்ரிதாவின் அழைப்பில் இருந்த உறுதி அவனை நிறுத்தியது.

"உட்காரு"

உட்கார்ந்தான்

"அபி - சஞ்சய்-குரு"

"என்னைக் குறித்து எந்தக் கவலையும் நீங்க பட வேண்டாம். நான் ரொம்ப நல்லா யோசிச்சுத்தான் இந்த முடிவுக்கு வந்தேன்".

"ஏன்? ஏன் - திடீர்னு? -

சஞ்சய் கேட்கவும் - "ஆமாம் ஏன் திடீர்னு" என்றாள் அபி."

"இது திடீர் முடிவு அல்ல."

நான் ரெண்டு வருஷமா என்னைத் தகுதிப்படுத்திக்கிட்டேன். ஹூம், நீ சொன்ன எல்லா விஷயங்களையும், நானே எனக்காகச் செய்து கொள்வது - உங்க மொழியில சொன்னா "அப்டேட்டட்டா" இருக்க, 'டெக்கியா' இருக்க முழுக்க முழுக்க பயிற்சி எடுத்துக்கிட்டேன். நீங்க எல்லாரும் காலைல கிளம்பிப்போன பின் விதம்விதமா கிளாஸ்க்கு போனேன்.

முதல்ல படிச்சது கார் ட்ரைவிங்தான். இப்ப என்னால ஜாக்கியை ஏத்தி ஸ்டெப்னியை மாத்திட்டு போயிட்டே இருக்க முடியும். உங்களுக்குத் தான் இதுக்கெல்லாம் தாங்க்ஸ் சொல்லணும். உங்க ரூம் கதவு சார்த்தியிருக்கறப்ப கதவை இன்னும் தட்டலாமா வேணாமான்னு உள்ளுக்குள்ளே பரிதவிச்சிருக்கேன். அதுக்கும் சேர்த்துத் தான் அந்த நன்றி. உங்க கிட்ட எதுக்கெல்லாம் வந்து நின்னேனோ அதெல்லாம் எங்கிட்ட இல்லைன்னு புரிஞ்சது. அதெல்லாத்தையும் தெரிஞ்சிக்கிட்டேன். உங்க கிட்ட இந்த உதவிகளை வேண்டி நின்ற அந்த ஒவ்வொரு முறையும் நான் என்னுடைய பலவீனங்களைப் புரிஞ்சுக்கிட்டேன், வாழ்க்கையின் கடினமான மணித் துளிகள் உங்க மூடிய அறைக் கதவுகளுக்கு முன்னால முட்டாளா நான் நின்ன அந்தத் தருணங்கள்தான். வயது கூடக்கூட உங்களுக்கான உலகம் வேறு அப்படினு நீங்க காட்டினபோது ரொம்ப வலியாத்தான் இருந்தது.

“அபி ஞாபகமிருக்கா? உன் பதினெட்டாவது பர்த்டேவுக்காக என்னென்னவோ ப்ளான் வெச்சிருந்தேன். நீ அன்னிக்கு முழுக்க உன் ஃப்ரெண்ட்ஸோட செலவழிச்சிட்டு வந்தே. அப்ப வலிச்சது. ஆனா அந்த வலிதான் உன் விரிஞ்ச உலகத்தைத் திறந்து காட்டவும் செய்தது. சஞ்சய் சினேகிதங்களோட எங்க போறான்னு சொல்லாம வெளில போறப்பல்லாம் அவனுக்காக சாப்டாம எத்தனையோ நாள் காத்திருப்பேன். வந்தவுடனே நீ சாப்பிட வேண்டியதுதானே..? என்னைய ஏன்மா கில்டியாக்குறேன்னு கத்துவான். அப்ப இன்னும் வலிச்சது. உங்கப்பா ஆபீஸ் சகாக்களோட டூர் ட்ரிப்புன்னு அப்பப்ப போறப்பல்லாம் வெறுமையாத்தான் இருக்கும். இதையெல்லாம் நான் குற்றம்னு சொல்லலை.”

ஒரு கனத்த மௌனத்திற்குப்பின் தொடர்ந்தாள்.

“என் உலகத்ல நீங்க மூணு பேரும்தான் நிறைஞ்சு இருக்கீங்க. எனக்காக நான் சின்ன இடத்தைக் கூட வச்சிக்கலைன்னு புரிஞ்சது. அதுல என்ன தப்புன்னு யோசிச்சேன். பரந்து விரிஞ்ச உங்களோட உலகத்லயும் எனக்குன்னு சின்னூண்டு

இடம் கூட இல்லைன்னு தெரிஞ்சது. மழை நேரத்துல சூடா டீ குடிக்கிறவன் தனக்கு எதுனா கொஞ்சூண்டு தர மாட்டானான்னு அவனையே உத்துப் பார்த்து ஏமாந்து போகும் பார் நாய்க்குட்டி, அதை மாதிரிதான் என் மனசும் அல்லாடிச்சி. டீ குடிக்கிறதே அதைக் கடைசிச் சொட்டு வரைக்கும் விடாம ரசிச்சிக் குடிக்கிறதுக்குத்தான்னு லேட்டாத் தான் புரிஞ்சது. ஆனா, நாய்க்குட்டியோட ஏமாத்தம் ரொம்பக் கொடுமை இல்லே..?"

"எனக்குன்னு எது மிச்சம்..? சின்னவயசுலேருந்து படிச்சு கல்யாணம் செய்து நாப்பத்தஞ்சு வயசுல வந்து நிக்கிறவரைக்கும் எனக்கான உலகம் கணவன் பிள்ளைங்க மட்டும்தான்னு வாழ்ந்து பழகிட்டேன். ஆனா எனக்கு நானும் முக்கியமில்லையா..? என் உலகத்துல எனக்கொரு இடம் வேணும்தானே..? எனக்கான பாதையும் பயணமும் நான் ரசிச்சுக் குடிக்கிற மழை நேரத்து டீயும் இதெல்லாத்தையும் நான் தானே தேடணும்..? தனிமைன்ற இருட்டுலேருந்து ஏகாந்தமான வெளிச்சத்தை நோக்கி நான் தானே போகணும்..?

"அது புரிஞ்சப்ப நான் என்னையே படிக்க ஆரம்பிச்சேன். எனக்கு என்ன செய்ய பிடிக்கும்; அதுக்கு நான் என்னவெல்லாம் தெரிஞ்சு வெச்சுக்கணும்னு ரொம்ப யோசிச்சேன். எல்லாத்துக்கும் மேல பணம் எவ்வளவு அவசியம்னு புரிஞ்சுகிட்டேன். தெரியாததைக் கத்துக்கிட்டேன்; இருந்த அடிப்படை படிப்பை வெச்சு நல்ல முறைல நேர்மையா சம்பாதிச்சேன்; புத்திசாலித்தனமா முதலீடு செய்வதை வசப்படுத்திக்கிட்டேன். புத்தி தெளிவு, பணம், என்மீது எனக்கே இருக்க வேண்டிய நியாயமான அன்பு இது எல்லாவற்றையும் சேர்த்தேன். ஒரு கார் வாங்கி இருக்கேன். பிடிச்ச பாட்டை கேட்டுக்கிட்டு இலக்கே இல்லாம ஆசைப்பட்ட ஊருக்கெல்லாம் போய் எங்க எப்படி இருக்க முடியுதோ அங்க அப்படி இருக்கணும்னு விரும்பறேன். இதோ இப்ப தயாரா இருக்கேன்."

"நான் சந்தோஷமாக் கிளம்பறேன். இது என் மீதான அன்பால, நேசத்தால, காதலால நான் எடுத்த முடிவு. உங்க யார் மேலயும்

எனக்குத் துளி வருத்தமோ, கோபமோ, கசப்போ எதுவுமே கிடையாது. உங்களோட நான் இருந்த காலத்தை என்னைக்கும் ஒரு பொக்கிஷமா என் மனசுக்குள்ள பாதுகாப்பேன். ஆனா எல்லாத்தையும் தாண்டி என்னுடைய ஆத்மாக்குன்னு நான் சில நியாயங்களைச் செய்யணும். நீங்க எல்லோரும் செய்யறா மாதிரி. என்ன? உங்களுக்கு ரொம்ப சின்ன வயசுல புரிஞ்சது எனக்கு ரொம்ப நாள் கழிச்சு புரிஞ்சுது–.

“இது.. இந்த என் பயணம், இதுவும் ஒரு விதமான வானப்பிரஸ்தம்தான். தட்ஸ் ஆல். டேக் கேர்”

“ம்மா” – “ம்மா – ப்ளிஸ்” சஞ்சையும் அபியும் தொடங்கினார்கள்–

“சஞ்சு –அபி – நீங்க சரியாதான் இருக்கீங்க – எந்தக் குற்ற உணர்ச்சியும் தேவையில்லை “நானும் சரியாத்தான் இருக்கேன். எனக்குள் எந்தக் குற்ற உணர்வும் இல்லை. வாழ்க்கையில ஒரு காலம் வரைக்கும்தான் எல்லாருமா சேர்ந்து இயங்க முடியும்; அப்புறம் எல்லாருமே எல்லாமே இங்க தனித் தனி தான். இதுதான் யதார்த்தம்.”

“எப்பம்மா திரும்பி வருவ?”

“தெரியலடா – சந்தோஷமா நான் வாங்கியிருக்க இந்த கார்ல போகப் போறேன் எம்.ஜி.ஆர். மாதிரி – உலகம் சுற்றும் வாலிபன் மாதிரி – ஊருசுத்தப் போறேன். ரைட், லெப்ட் எந்தப்பக்கம் என் வண்டியை திருப்புவேன்னு எனக்கே தெரியாது. ஆனா எல்லா பக்கமும் ரைட்டா தான் இருக்கும்னு மனசு உறுதியா இருக்கு.”

அமிர்தா பெட்டிகளை எடுத்த போது இனி அவளை நிறுத்த முடியாது என்பதை குரு, சஞ்சய், அபி நன்றாகப் புரிந்து கொண்டார்கள் – தன் கைகளை விரித்து நின்ற குருவை அமிர்தா தழுவிக் கொண்டபோது முன்னெப்போதும் இல்லாத ஓர் உடல் உறுதியை அவளுக்குள் அவனால் உணர்ந்துகொள்ள முடிந்தது. ஆனால் அப்பழுக்கற்ற நட்பை மட்டுமே அவளின் அந்த தழுவல் பிரதிபலித்தது. அபியையும் சஞ்சய்யையும் அந்த அணைப்புக்குள் சேர்த்துக்கொண்டாள் .

பாசத்திலும் அன்பிலும் ஒரு மாற்று கூட குறைவில்லாத முத்தமாக அவர்கள் நெற்றியில் அமிர்தா இட்டபோதும் சஞ்சய்க்கும் அபிக்கும் நெற்றிப் பொட்டில் விண்ணென்று வலித்தது.”

எந்த சலனமும் இல்லாமல் புன்னகையோடு விடைபெற்றாள் அமிர்தா -”பை”-

அவள் காரில் ஏறி வண்டியைக் கிளப்பியபோது இன்னும் நடந்து கொண்டிருப்பதை நம்பமுடியாமல் பார்த்துக்கொண்டிருந்தார்கள் குருவும் பிள்ளைகளும்.

அடுத்த ஊர் வருவதை எரிந்துகொண்டிருந்த விளக்குகள் காட்டின. தன் நினைவுகளில் இருந்து கலைந்த அமிர்தா மணியைப் பார்த்தாள். அது ஏழு நாற்பது என்று காட்டியது.

> “எந்த வேதனையும் மாறும்
> மேகத்தைப் போல”

வாணிஜெயராமின் குரல் சத்யம் செய்து சொன்னது .

பாடல் முடிவின் ஆலாபனை இன்னும் மெலிதாக ஒலித்துக் கொண்டே இருந்தது. வண்டியை வலது பக்கமாகத் திருப்பி ஓட்டத் தொடங்கினாள் அமிர்தா.

கலைமகள் - ஏப்ரல் 2021

ஹீரோ

எத்தனையோ வருடங்கள் ஆகிவிட்டன. இன்று திடீரென்று தபால்காரர் ஒரு கடிதத்தை நீட்டிய பொழுது ரகுவுக்கு ஆச்சர்யமாக இருந்தது. தன் பெயர் மிகச் சீராக அச்சிடப்பட்டிருந்தது. அனுப்பியது யார் என்று உறையின் மேல் குறிப்பிடப்படவில்லை.

கடிதத்தை வாங்கிக்கொண்டு ரகு வீட்டுக்குள் வந்து நாற்காலியில் அமர்ந்துகொண்டான். வழக்கமாக வேலை தொடர்பாக வரும் சில கடிதங்களைத்தவிர இப்பொழுதெல்லாம் எந்தக் கடிதமும் வருவதேயில்லை. கையில் இருந்த கடிதம் தொழில் தொடர்பான கடிதமாகத் தெரியவில்லை. மிக அழகான ஒரு வெளிர் கத்தரிப்பூக் கலர் கவரில் பதிந்திருந்த தன் பெயரை ரகு ஒரு முறை தொட்டுப் பார்த்தான். மெதுவாகக் கத்திவைத்து ஓரத்தில் ஒரு கோடு போட்டுக் கவரைப் பிரித்தான். உள்ளே அதே வெளிர் கத்தரிப்பூக் கலர் தாளில் அந்தக் கடிதம் எழுதப்பட்டிருந்தது. கையெழுத்து பரிச்சயமானது தான். அதைப் பார்த்தவுடன் ஒரு நிமிடம் ஆத்திரம் வந்தது. ஆனால் கடிதத்தைக் கசக்கவோ கிழிக்கவோ ரகுவுக்கு ஏனோ மனம் வரவில்லை.

‘டேய் ரகு, இரு. நீ ஒரு அவசரக் குடுக்கை. இந்தக் கடிதத்தைக் கடைசி வரைக்கும் படி. அப்புறமும் ஆத்திரமாக வந்தால்

கிழித்துப் போட்டுவிடு' என்று தொடங்கிய கடிதம் ரகுவை நிதானப்படுத்தியது. முதல் பக்கத்தில் அந்த நாலு வரிகள் மட்டும்தான் இருந்தன. மனசு சற்று அமைதியானது. ரகு அடுத்த பக்கத்திற்குத் தாவினான்.

'ரகு - என் மேல நீ எவ்வளவு அன்பு கொண்டவன் என்பதை முற்றாக நான் உணர்ந்திருக்கிறேன். இப்ப இல்லை; சின்ன வயசுலே இருந்து அது அப்படித்தான். ஆனா எனக்கு நீ எப்பவுமே போட்டியா தெரிஞ்சே. அதுக்கு என்ன காரணம்னு நான் வளரும்போதும் நினைச்சுப் பார்த்திருக்கிறேன். உன் மீது எனக்கு இருந்த ஒரு பயங்கரமான ஆதர்சம்தான் அந்தப் போட்டி மனப்பான்மைக்குக்கூட காரணம்னு மெல்ல மெல்லப் புரிஞ்சிக்கிட்டேன். நான் எப்பவும் உன் கூடவே இருக்கணும், ஊர் சுத்தணும், விளையாடணும்னு ஆசைப்பட்டேன். நீன்னா எனக்கு அவ்வளவு உயிர்.

'ஏண்டி என் கூடவே வந்து என் உயிர வாங்குற?' உன் ப்ரெண்ட்ஸ் கூட போய் விளையாடித் தொலையேன்னு நீ கோபமா கத்தும்போதெல்லாம் எனக்கு பயம் வராது; சிரிப்புதான் வரும். கொஞ்சம் பாவமாக் கூட இருக்கும். 'ஏய் இவளை விளையாட்டுல சேர்த்துக்கலாம்டா; இல்லைன்னா எங்க அம்மகிட்ட எதையாவது போய்ச் சொல்லி என்ன வெளிய வர விடாம செஞ்சிடுவா'ன்னு உன் கூட்டாளிங்க கிட்ட நீ கெஞ்சும்போது பரிதாபமாதான் இருக்கும். ஆனா என்ன செய்ய? நமக்கு மேல ஒரு அக்காவும் அண்ணனும் இருந்தாலும் அது என்னவோ எனக்கு உன் மேலேதான் அவ்வளவு ஆசை.

உனக்கு ஞாபகம் இருக்கா? நான் அப்ப ரொம்ப குட்டிப்பொண்ணு. ஆறு வயசு இருக்கும் எனக்கு. நீ அப்பவே கொஞ்சம் உயரமாதான் இருப்பே. உயரத்துல இருக்க ஃபேன் ஸ்விட்சை எக்கிப் போட உன்னால முடியும். எனக்கோ உன்னமாதிரியே நானும் எக்கி ஸ்விட்ச் போடணும்னு ஆசை. ஆனா நம்ம வீட்டுல ஃபேன் போடறதுல பல பிரச்சனைகள். நம்ம வீட்டுக் கூடத்துல சுவரில் மாட்டப்பட்டிருந்தது சாமி

படங்ளுக்குப் பின்னால சிட்டுக் குருவி கூடு கட்டியிருக்கும். அது அவர்களுக்கு நிரந்தர வீடு. சாயங்காலம் விளக்கு வெச்ச பின்னால கூட அதுங்க ஆட்டம் லேசுல அடங்காது. அன்னைக்கு எப்படியோ ஆர்வம் தாங்காம ஒரு நாற்காலி மேல ஏறி நான் ஃபேன் ஸ்விட்சை போட்டுட்டேன். மனசெல்லாம் பெருமை பொங்கிடுச்சு. ‘ஹை ரகு மாதிரி நானும் உயர்த்துல இருக்க ஸ்விட்சை போட்டுட்டேன்’னு நினைச்சு சந்தோஷப்பட அந்த சந்தோஷம் ஒரு விநாடி கூட நீடிக்கல.

ஒரு அழகான குட்டி சிட்டுக் குருவி அந்த சாமி படங்களுக்கு பின்னாடியிருந்து பறந்து வந்து மின்விசிறியில பட்டுனு அடிச்சிக் கீழே விழுந்துடுச்சு. ஏற்கனவே நாற்காலி மேல நின்று கொண்டிருந்த என் மேல செம்ம கோபமா இருந்த நீ, குருவி அடிபட்டுக் கீழே விழுந்ததும் பதறிப்போய் ‘ஏய் குட்டிப் பிசாசே, குருவியைக் கொலை செஞ்சிட்டியே - இரு போலீஸ் வந்து உன்னைப் பிடிச்சிட்டு போகும்’ என்று சொல்லிக்கிட்டே என்னை அடிக்க வந்துட்டு அடிக்காம கீழே விழுந்த குருவி கிட்ட ஓடினே.

அன்னைக்கு அம்மா மத்தியான தூக்கத்துல இருந்தாங்க. குமார் அண்ணாவும், மாலினி அக்காவும் ஏதோ சிறப்பு வகுப்புகளுக்குப் போயிருந்தாங்க. நானும் நீயும் மட்டும்தான் வீட்டில் இருந்தோம். நீ ஒரு முறத்தை எடுத்துக்கிட்டு வந்து பஞ்சை மெத்த மாதிரி பரத்தி அதுல துடிச்சிக்கிட்டு இருந்த குருவிய மெதுவாப் படுக்க வச்ச. ஒரு சின்ன மூடியில தண்ணி வச்சு அது குடிக்குதான்னு பார்த்த. அரிசி கொண்டுவந்து குருவி மூக்குகிட்ட வச்ச. அது சோர்ந்து முடியாம படுத்துச்சு. நான் பயந்து போய் உன் பக்கத்துல வந்து உக்காந்தேன்.

‘குருவி பொழச்சிக்குமாடா ரகு?’ என்று கவலையும் பயமும் கலந்த குரலில் நடுங்கிக்கிட்டே கேட்டேன்.

‘தெரியலைடீ - நீ சாமியை வேண்டிக்கோ. வெளிய போயிருக்கற இதோட அம்மா வந்து இதத் தேடும். நம்ம பாப்பா செத்துடுச்சுன்னு தெரிஞ்சா அது எப்படி அழும் தெரியுமா?’ ன்னு நீ சொன்ன. எனக்கு ரொம்ப பயமும்

கவலையும் சேர்ந்துடுச்சு. நான் அழுதேன்.

என் கண்ணைத் தொடச்சி விட்டுட்டு ‘அழாதே - குருவிக் குஞ்சு பொழைச்சுக்கணும்னு கண்ண மூடி சாமிகிட்ட வேண்டிக்கோன்,’ னு நீ சொன்ன.

நான் கண்ண இருக்கி மூடிக்கிட்டு கூடத்துல இருந்த சாமிகிட்ட ‘சாமி, சாமி எப்படியாவது அந்தக் குட்டிக் குருவியக் காப்பாத்திடு.’ன்னு அழுதுகிட்டே வேண்டினேன். லேசா கண்ணத் திறந்த குருவியை அப்பப்ப பார்த்துக்கிட்டேன். நீ அந்தக் குருவிய மெதுவா தடவித் தடவிக் கொடுத்த. நான் அந்தக் குருவியத் தொட்டுத் ‘தெரியாமச் செஞ்சிட்டேன் குருவின்னு’ அழுதேன். ‘இனிமே மின்விசிறியப் போடவே மாட்டேன் ப்ராமிஸ். நீ எப்படியாவது பொழச்சிடு. உங்க அம்மா பாவம். உன்னைத் தேடுவாங்க...”ன்னு குருவிகிட்ட என்னவெல்லாமோ கெஞ்சிப் பேசினேன். மனசுக்குள்ள போலீஸ் பிடிச்சுட்டு போயிடும்னு பயம் இருந்தாலும், அதையெல்லாம் தாண்டி அம்மா குருவியும் குட்டிக் குருவியும் பாவம்; அதுங்க பிரிஞ்சிடக் கூடாதுன்ற விஷயம்தான் ரொம்பப் பெருசா தோணிச்சு. அந்தக் குருவியப் பார்த்தபடியே நாம இருந்தோம்.

அப்புறம் ஒரு இரண்டு மணி நேரம் கழிச்சு அந்தக் குட்டிக் குருவி மெதுவா அசஞ்சது. தண்ணி குடிச்சுது. அரிசியைக் கொத்திச் சாப்பிட்டுச்சு. நீ அந்தக் குருவிய அவ்வளவு ஆசையா தடவித்தடவி கொடுத்த. அதுக்குப் பட்ட அடி சரியாகி தத்தித்தத்தி எழுந்துச்சு. நீ மெதுவா அத கூட்டுக்குள்ள விட்டுட்டு என்னை உன் மடியில வச்சிக்கிட்டு ‘பயப்படாத - குருவி பொழச்சுக்கிச்சு இனி போலீஸ் வராது. ஆனா நீ இனி இது மாதிரி சேட்ட பண்ணக் கூடாது’ன்னு சொல்லி என்னைக் கட்டிப் புடிச்சு என் தலையில அழுத்தமா ஒரு முத்தம் கொடுத்த. அப்பதான் என் பயமெல்லாம் போச்சு. கடைசி வரைக்கும் அம்மாகிட்டவோ, குமார் அண்ணா கிட்டவோ, மாலினி அக்காகிட்டவோ அதுபத்தி நீ சொல்லவேயில்லை. இப்பவும் அந்த மொறத்துல இருந்த குருவியும் நீ கொடுத்த முத்தமும் என் மனசுல அப்படியே இருக்குடா.

ஒரு தடவை வீட்டுல அம்மா இல்லாத போது கூடத்துல இருந்த பெரிய சின்னச்சின்னதா நாம சேர்த்து வைத்திருந்த படச்சுருள் துண்டுகளை நீ ஏதோ கண்ணாடியெல்லாம் வச்சு மாயாஜாலம் பண்ணி சுவரில் படம் போட்டுக் காட்டின. அப்போ எம்.ஜி.ஆர், சிவாஜி, நாகேஷ், மனோரமா படமெல்லாம் நம்ம வீட்டுச் சுவரிலே தெரிஞ்சபோது அவங்களை எல்லாம் தொட்டுப் பார்த்து ஆனந்தப்பட்டோம்.

குமார் அண்ணா, மாலினி அக்கா அப்புறம் நம்ம தெருவில இருந்த எல்லா நண்பர்களும் நம்ம வீட்டுக் கூடத்துல படங்ளைப் பார்த்துக் கைதட்டி ஆரவாரம் செஞ்சாங்க. அந்தநாள் முழுக்க எனக்கு உன்னை பார்த்து ஒரே பெருமையா இருந்துச்சு. எனக்கு நீ ஒரு பெரிய ஹீரோவா தெரிஞ்ச. எல்லாருக்கும் அவங்கவங்க அப்பாதான் ஹீரோ; ஆனா எனக்கு எப்பவுமே நீதாண்டா ஹீரோன்னு தோணுச்சு.

பெரிய லீவு விட்டவுடனே நாம எல்லாரும் சேர்ந்து நம்ம வீட்டு முன் அறையில் விளையாடுவோம். நீ தான் எல்லா விளையட்டுலேயும் எதையாவது புதுசா செய்வ. பொதுவா எல்லா ரூபாயவும் சமமாகப் பிரிச்சுக்கிட்டு அப்புறம் விளையாடத் தொடங்கும் ‘பாம்பே ட்ரேட்’ விளையாட்டை நீ மாற்றின. கையில ஒரு பைசா கூட இல்லாம ஆடத்தொடங்குவோம். எல்லா பக்கமும் ஒரு சுற்று சுற்றி வந்தா கிடைக்கிற காசையும், டைஸ்ல சில எண்களை போட்டு ‘சான்ஸ்’ ‘விவகார்’, போன்ற சில இடங்களுக்கு வந்தா அதுல பரிசா கிடைக்கிற காசையும் சேர்த்து வைச்சு ஒவ்வொரு மனையாக வாங்குவோம். அப்பத்தான் நிறைய நேரம் விளையாட முடியும்னு நீ சொன்னது புதுசாகவும் சுவாரஸ்யமாகவும் இருந்தது. சாதாரணமா காசு பிரிச்சுக்கிட்டு விளையாடும்போது இரண்டு மணி நேர விளையாட்டுலேயே எல்லோரும் எல்லா மனைகளையும் வாங்கிடுவோம். அப்புறம் எதிராளிங்க மனைக்கு நாம போயிட்டா, அவனுக்கு வாடகை கட்டுவோம். எதிராளிக்கு வாடகை கட்டியே சுமாரான மனையும், காசும் சேர்த்து வச்சவன் எல்லாத்தையும் இழக்கத் தொடங்குவான். கடைசியா தோற்றுப்போவான்.

ஆனா நீ சொன்ன முறையில் எல்லோரும் மெதுவாகத்தான் மனை வாங்குவோம். எல்லாருமே கொஞ்சமாதான் காசு வெச்சிருப்போம். யார் ஜெயிப்பாங்கன்னே தெரியாம ரொம்ப நேரம் விளையாட்டு போகும். அப்புறம் சாயங்காலம் தெருவிலே போய் கில்லியோ, திருடன் போலீஸோ, முதுகு பஞ்சரோ ஆடற நேரம் வந்திடும். எல்லாரும் ஜெயிச்சதா வச்சிக்கிட்டு 'ட்ரேட்' ஆட்டத்தை முடிச்சிக்கிவோம். நீ மாற்றம் செஞ்ச 'ட்ரேட்' விளையாட்டுல கூட யாருமே தோற்றதில்லடா.

அப்புறம் ஒரு முறை டீவில படம் பார்க்க நீயும், நானும் பக்கத்துத் தெருவிலே இருக்கிற பாலு வீட்டுக்குப் போனோம். குமார் அண்ணாவுக்கு பாலுகூட ஏதோ சண்டை அதனால நம்மைப் போகக் கூடாதுன்னு சொன்னதையும் மீறி நாம படம் பார்க்க ஓடிட்டோம். 'சாரதா' பழைய படம்; ரொம்ப நீளம்; ஆங்கிலச் செய்திக்கு அப்புறமாவும் படம் தொடர்ந்தது. "ரொம்ப நேரமாயிடும் வீட்டுக்குப் போய்டலாம் வாடி,' ன்னு நீ சொன்ன. 'இருடா - மீதியும் பார்த்துட்டுப் போலாம். நாளைக்கு பள்ளிக்கூடத்துல அப்பதான் எல்லார்கூடவும் படம் பற்றிப் பேச முடியும்,'னு நான் உன்னை ஏத்திவிட்டேன்.

நீ ஏனோ என் பேச்சை கேட்டுக்கிட்ட. வீட்டுக்குப் போகும்போதே ரொம்ப நேரமாயிடுச்சு. பிரச்சனைன்னு புரிஞ்சுது. குமார் அண்ணா அப்பா கிட்ட ஏகத்துக்குப் போட்டுக் குடுத்திருந்தான். அப்பா பயங்கர கோபத்துல இருந்தார். 'ஏன் அடுத்த வீட்டுக்குப் போய் டீ. வி. பார்க்கறீங்க? மானம் போகுது'ன்னு கத்தினார். அப்பா எப்பாவதுதான் அடிப்பார். ஆனா குடுத்தா செம்மையா விழும். அன்னிக்கு விழுந்தது. ரெண்டு பேரையும் தலையைப் பிடிச்சு சுவற்றிலே நெத்தினாரு அப்பா. அப்பவும் அழுதுகிட்டே 'எல்லா பிரெண்ட்ஸ் வீட்டுலயும் டிவி இருக்கு எங்களுக்கும் டிவி வேணும்,'னு அப்பாகிட்ட சண்டை போட்டோம். வாங்குன அடில ரெண்டு பேருக்கும் நெற்றி புடைச்சுடுச்சு. அம்மா வந்து ரெண்டு பேரையும் அள்ளிக்கிட்டு போயிட்டாங்க. மஞ்சள் அரைச்சு காயத்துக்கு பத்துபோட்டாங்க. அழுதுகிட்டே சாப்பிடாம தூங்கிப் போனோம். காய்ச்சல் வந்து அடுத்த

நாள் பள்ளிக்கூடம் போகல.

அடுத்த வாரமே அப்பா சாலிடேர் டிவியை வாங்கிட்டு வந்து கூடத்துல நிறுத்தினார். நம்மை அடிச்சதால மனசு கேட்காம அப்பா சொன்ன மன்னிப்பு அது. நம்ம ஆசைல இருந்த நியாயத்தைப் புரிஞ்சுகிட்டு அப்பா காட்டுன பாசம் அது. உதை வாங்கினது மறந்துபோய் நீயும் நானும் அப்பாவைக் கட்டிப் பிடிச்சுக்கிட்டோம் பார்த்தியாடான்னு ஜெயிச்சிட்டோம்னு குமார் அண்ணனை கர்வமா பார்த்தோம். அவன் முன்னாடி போய் வெறுப்பேத்துற மாதிரி கூத்தாடினோம்.

எவ்வளவோ - இன்னும் எவ்வளவோ! பழைய படத்துல யாராவது லெட்டர் படிச்சா எழுதினவங்க முகம் அந்த லெட்டர்ல தெரியுமில்ல? ஈமெயில்லயோ, வாட்ஸாப் மெசேஜ்லயோ அப்படித் தெரியறது இல்ல. லெட்டர்ல முகம் தெரியறதெல்லாம் பழசுதான். ஆனா அதுல ஒரு சுகம் இருந்தது. எழுதினவன் முகம் அந்தக் கையெழுத்தினூடே தெரியும் என்பது கற்பனையல்ல; உண்மை- சத்தியம்.

உனக்கும் இந்தக் கடிதத்தைப் படிக்கும்போது என் கையெழுத்துக்கு ஊடால என் முகம் நிச்சயம் தெரிஞ்சு இருக்கும். அந்த ஆறு வயசு சின்னப்பொண்ணா, குருவியை அடிபடவிட்டதுல இருந்து நாம ஓடினது, ஆடினது, சேர்ந்து ஆட்டம் போட்டது எல்லாம் உனக்கும் ஞாபகம் வந்திருக்கும்னு நினைக்கிறேன்.

“டேய் ரகு நீ வீடு கட்ட பூமி பூஜை போடக் கூப்பிட்டும் நான் வரவிலையேன்னு நீ கோபப்பட்டு போன்ல கத்தினே. எல்லோருக்கும் சொந்தமான வீட்டை அப்பா உனக்கு மட்டும்னு எழுதிக் கொடுத்துட்டாரேன்னு எங்களுக்கெல்லாம் பொறாமையோன்னு கிடந்து உன் மனசு துடிச்சுது.

குமார் அண்ணா இந்தச் சின்ன வீட்டுக்கு ஆசைப்படவே இல்லை. அவனும் நல்லவன்தான். அவன் இப்ப அமெரிக்காவில் வசதியா சந்தோஷமா இருக்கான். மாலினி அக்காவும் கல்யாணம் ஆகி லண்டன்ல வசதியா இருக்காங்க. இங்க நீயும் நானும் தான். இங்கயே இருக்க எனக்கு அப்பா வீட்டுல

ஒரு பங்கு கொடுக்கலை - அதனால்தான் நான் பூமி பூஜைக்கு வரலை அப்பிடின்னு நீயா நினைச்சுக்கிட்ட.

ஒரு விளையாட்டுல கூட யாரும் தோற்றுப்போகக் கூடாதுன்னு நெனைச்ச உனக்கு நாம ஆனந்தமா வாழ்ந்த அந்த வீடு கிடைச்சத நினைச்சாடா நான் பொறாமைப்படுவேன்? நாம விளையாடி, சண்டைபோட்டு வளர்ந்த வீடுடா அது. அந்தப் பழைய வீட்டை முழுசா இடிச்சுட்டு புதுசா வீடு கட்டப்போறேன்னு நீ சொன்னபோது, ஒரு நிமிடம் பழைய ஞாபகம் எல்லாம் வந்து போச்சு. அந்த வீட்டை தரைமட்டமாகப் பார்க்க எனக்கு மனசுல துணிவு இல்லை. மொத்தமா இடிச்சிட்டு புதுசா கட்டும் நிலைமைக்கு அந்த வீடு வந்தாச்சுன்னு என் மூளைக்கு புரிஞ்ச அளவுக்கு என் மனசுக்கும் புரிஞ்சாலும் ஏனோ ஏத்துக்கமுடியலடா.

அண்ணன் அக்காவப்போல நானும் நல்லாத்தான் இருக்கேன். எந்தக் குறைவும் எனக்கு இல்ல. என் பையனுக்கும் உன்மேல கொள்ளைப் பிரியம்டா உனக்குதான் அந்த வீடு அவசியம் கிடைக்கணும். திறமை இருந்தும் அதுக்கு ஏற்ற சம்பாத்தியம் இல்லாத உனக்கு அந்த வீடு கிடைச்சதுதான் நியாயம். அடிச்சாலும் ஆதரிச்சாலும் அப்பா எப்பவும் சரியாத் தான் செய்வாரு. அம்மாவும் அப்பாவ தப்பா முடிவெடுக்க விடமாட்டாங்க.

நீ ரொம்ப நல்லவண்டா. ஆனா நீ ஒரு அவசரக் குடுக்கை. நான் பூமி பூஜைக்கு வரவில்லையேன்னு கோபத்துல கத்திட்டே. எனக்கு உன்மேல பொறாமை வயித்தெரிச்சல், அப்படின்னு, என்னவெல்லாமோ திட்டிப் பேசிட்ட. ஆனா எனக்கு இப்பகூட உன்மேல கோபமே வரலைடா. ஏன்னா நீ எப்பவுமே என் ஹீரோ.

இடிச்சுப் போடப்பட்ட வீட்டத்தான் என்னால் பார்க்க முடியாது. ஆனா நீ கட்டி முடிச்சதும் அந்த வீட்டைக் கொண்டாட நிச்சயம் வருவேன்டா. அது என்னவோ தெரியலை நீ என்னோட ஏழு வயசு பெரியவனா இருந்தாலும், அண்ணான்னு சொல்லாம டேய்னு உன்னைக் கூப்பிடும்

போதுதான் எனக்கு எப்பவுமே உன்கூட ரொம்ப நெருக்கமாத் தோணுது. உன் புது வீட்டுப் புகுமனை விழாவுக்கு வருவேன். நீ கட்டற அந்த வீட்டுல கட்டாயம் நம்ம சிட்டுக் குருவிகளுக்கும் உன் தங்கையான எனக்கும் எப்பவும் ஒரு இடம் இருக்கும்னு எனக்கு தெரியும். கொள்ளை ஆசையுடன், ஸ்வாதி

கடிதமெங்கும் தங்கை ஸ்வாதியின் உருவம் நிறைந்திருந்தது.

ரகு கடிதத்தின் தலையில் ஒரு முறை அழுத்தி முத்தமிட்டான்.

கலைமகள் - மே 2021

யாதனின் யாதனின்!

நடராஜன் வழக்கமாக சவாரி செய்யும் ஆட்டோவில் வீட்டை நோக்கிப் பயணம் செய்து கொண்டிருந்தார். "கோயிந்தா! நம்ம கணேசன் கடை பக்கமா ஒரு திருப்பு திருப்பலாமா?" என்று நடராஜன் கேட்கவும், "போலாம் சாமி! இன்னா... இப்ப நால்ற தான ஆச்சு? ஒரு ஆறு மணி வரைக்கும் நீ வேண்டியதெல்லாம் அலசிப்பாரு! நான் ரெண்டு டீ குடிச்சுட்டு நிக்கறேன். இது என்ன புதுசா? போலாம் போலாம்" என்று சொல்லிக் கொண்டே திருவல்லிக்கேணியில் பைக்ராப்ட்ஸ் ரோட்டில் இருந்த கணேசன் பழைய புத்தகக்கடைக்குப் போக வண்டியை ஓடித்தான் கோயிந்து.

கணேசனுக்கும் நடராஜனுக்கும் கிட்டத்தட்ட முப்பதாண்டு பழக்கம். நடராஜன் அந்தப் பழைய புத்தகக் கடைக்கு எப்படியும் மாதத்தில் இரண்டு தடவையாவது வந்து விடுவார். இன்று நேற்றல்ல. கணேசனுடைய அப்பா முருகன் காலத்தில் இருந்து அவருக்கு அந்தக் கடையோடு அப்படி ஒரு நெருக்கம்.

நடராஜன் வெறும் எஸ்.எஸ்.எல்.சி மட்டுமே படித்திருந்தார். குடும்பச் சூழல் காரணமாக பதினாறு வயதில் தெருவில் இறங்கி வேலை செய்ய வேண்டியதாயிற்று. அப்போது நடராஜன்

குடியிருந்தது கும்பகோணத்தில். அவர் அப்பா சாம்பமூர்த்தி தம்பூரா கலைஞர். சங்கீத சீசன் போக மற்ற நேரங்களில் பெரிய வருமானம் கிடையாது.

பூர்வீக வீடு. அதில் கூட்டுக் குடும்பமாக வாழ்க்கை. கச்சேரிகள் இல்லாதபோது தமிழ்-ஆங்கிலம்-சமஸ்க்ருத ட்யூஷன் சொல்லிக்கொடுத்து அதில் வரும் வருமானத்தில் குடும்பத்தை ஒப்பேற்றினார் சாம்பமூர்த்தி. மனுஷன் மகா ஞானஸ்தன். ஆனால் ஞானம் சோறு போட அவ்வளவு உதவவில்லை. நடராஜன் தன் படிப்பைத் தொடராமல் வேலை செய்வதென திட்டவட்டமாய் முடிவெடுத்தார். ஊரில் பிரபலமாக இருந்த காண்ட்ராக்டரைப் பிடித்து, தனக்கு ஒரு வேலை தருமாறு கேட்டுக்கொண்டார். கால்களில் சாக்கைக் கிழித்துக் கட்டிக் கொண்டு தார் ரோடு போடும் வேலை. தினக்கூலி ஒண்ணரை ரூபா.

அப்போதைக்கு அந்தக் கூலி மிக முக்கியமாக இருந்தது. நடராஜனுக்கும் அவர் அப்பாவுக்கும் இது விஷயமாக நிறைய வாக்குவாதங்கள். நடராஜன் உறுதியாக நின்றார். “நேர்மையா செய்யிற எந்த வேலையும் இழிவு இல்லப்பா! இந்த வருமானம் நம்ம குடும்பத்துக்கு இப்ப ரொம்ப முக்கியம்; சும்மா கௌரவம் பார்த்து ஆகப்போறது என்ன?”

அதற்கு மேல் இந்த விவாதத்தை சாம்பமூர்த்தியால் தொடர முடியவில்லை. நடராஜன் கொஞ்சம் பிடிவாதக்காரர். சரி என்று தான் நினைப்பதை விட்டுக் கொடுக்காமல் செய்து முடிப்பார். அவரை வெறும் பதினாறு வயதுப் பையன்தானே என்று நினைத்து கட்டுப்படுத்திவிட முயற்சி செய்த சாம்பமூர்த்தி அது நடக்கவே நடக்காது என்று புரிந்துகொண்டார்.

“தம்பூரா சாம்பமூர்த்தி பையன் தார் சாலை போடற கூலி வேலை பார்க்கறானாம்ல” என்று ஊருக்குள்ளே பேச்சு பரவியது.

“நடராஜா! நான் சொன்னா கேப்பியா?”

“சொல்லுங்கப்பா!”

“ஊருக்குள்ள நீ தார் ரோடு போடற கூலி வேலைக்குப் போறது பெரிய ஏச்சு பேச்சா இருக்கு. அத விட்டுட்டு வேற ஏதாவது செய்யேம்பா!”

“இப்போதைக்கு இதுதாம்பா. கொஞ்சம் அவகாசம் கொடுங்க!” என்று அந்தப் பேச்சுக்கு அத்தோடு முடிவுகட்டினார் நடராஜன்.

தான் கூலி வேலைக்குப் போவது அப்பாவின் மரியாதைக்கு அவ்வளவு பொருத்தமாக இல்லை என்று உணர்ந்தார் நடராஜன். தன் நண்பர்கள் உதவியோடு இரவோடு இரவாக அப்பாவுக்கு ஒரு கடிதத்தை எழுதி வைத்து விட்டு, சென்னைக்கு பஸ் ஏறினார்.

இதோ நேற்று நடந்ததுபோல் இருந்தாலும் நாற்பது வருடங்கள் ஆகிவிட்டன.

சென்னையின் புறநகர்ப் பகுதியில் அமைந்திருந்த அம்பத்தூர் தொழிற்பேட்டையில் வேலை தேடி அலைந்தார். கடைசியாக ஒரு கம்பெனியில் ‘லேபர்’ வேலை கிடைத்தது. அவர்கள் சொன்ன சம்பளம் நடராஜனுக்கு மிகுந்த நிம்மதியைக் கொடுத்தது.

ஊருக்குப் பணம் அனுப்பி வைத்துவிட்டு உடன் வேலை செய்யும் கூலித் தொழிலாளர்களோடு சேர்ந்து, ஒரு தகரக் கூரை போட்ட வீட்டில் குடியிருக்கத் தொடங்கினார். வார விடுமுறையில் இரவுக்காட்சி படம் பார்த்துவிட்டு எம்.ஜி.ஆர்; சிவாஜிக்காகக் கட்சி கட்டிக்கொண்டு சண்டைபோட்டு சந்தோஷமாக வாழ்க்கை நகர்ந்தது.

நடராஜனின் அப்பா சாம்பமூர்த்தி வாசிக்கும் பழக்கம் உடையவர். அது நடராஜனுக்கு ஒட்டிக்கொண்டது. மெரினா கடற்கரைக்கு ஒரு ஞாயிறன்று வரும்போதுதான் முதன் முதலில், முருகன் வைத்திருந்த பழைய புத்தகக்கடைக்குப் போனார். அன்று தொடங்கிய அவர்கள் உறவு மிக வலிமையான பந்தமாக மாறியது.

நடராஜனுக்கு தமிழ், ஆங்கிலம், சம்ஸ்க்ருதம் ஆகிய மூன்று மொழிகளும் தெரிந்ததால் படிக்க நிறையக் கிடைத்தன. பழைய

ஏற்பாடு, புதிய ஏற்பாடு என்று விவிலியத்தை தமிழ்-ஆங்கிலம் இரண்டு மொழிகளிலும் பலமுறை படித்தார். அவருக்கு எல்லாம் சேர்த்தி. எதுவும் தள்ளுபடி இல்லை.

அவரிடம் பேசும் அதிகாரிகள் அவர் மொழிவளத்தைக் கண்டு வியந்தனர். கூலி வேலையில் இருந்து குமாஸ்தா வேலைக்கு நடராஜனை மாற்றினர். நடராஜன் முனைந்து தட்டச்சு, சுருக்கெழுத்து கற்றுக்கொண்டார். செகரெட்டரி பதவி கிடைத்தது. கைநிறையச் சம்பளம்.

அப்பாவை ஐந்து ஆண்டுகள் கழித்துப் போய் பார்த்த பொழுது சாம்பமூர்த்தி நடராஜனைக் கட்டிப்பிடித்துக் கொண்டார். "படிப்பை விட்டுட்டியேன்னு அடிச்சுண்டுதுடா நடராஜா" என்று கண்கலங்கினார்.

"அப்பா! நான் போட்ட தார் ரோடும் கம்பெனில தூக்குன மூட்டையும்தாம்பா, அந்தப் படிப்பை மறுபடியும் என்கையில கொடுத்தது" என்று கம்பீரமாகச் சொன்னார் நடராஜன்.

"நல்லாயிரு நல்லாயிரு" என்று சாம்பமூர்த்தி ஆசீர்வாதமாய் அவர் தலையைத் தட்டிக்கொடுத்தார்.

நடராஜன் ஒரு சிறிய வீட்டுக்கு குடிபோனார். அலுவலகத்தில் டைப்பிஸ்ட் வேலைக்கு வந்த சரஸ்வதியை மனப்பூர்வமாய் விரும்பி, கல்யாணம் செய்து கொண்டார். இருவரும் வசந்தமாளிகை சிவாஜி-வாணிஸ்ரீயாகவே வாழ்க்கை நடத்தினார்கள். வீடு நிறைய புத்தகங்களைக் குவிக்க தொடங்கினார் நடராஜன்.

"சாமி! சரக்கு வந்துருக்கு" என்று முருகன் சில நேரம் பொது தொலைபேசியிலிருந்து நடராஜன் அலுவலகத்திற்கு அழைத்துப் பேசுவார். அன்று மாலையே நடராஜன் திருவல்லிக்கேணி சென்றுவிடுவார். "காசு பணம் முன்ன பின்ன இருந்தாலும் உனக்கு புஸ்தகம் கொடுத்தா மனசெல்லாம் நிறைஞ்சுடுது சாமி!"

"முருகா! அது வேற ஒண்ணும் இல்லை. உனக்கு வியாபாரத்தைத்

தாண்டி புஸ்தகத்து மேல ஒரு மரியாதை இருக்கு. அதான்! அதான்! அத ஆசையா படிக்கறவனுக்குக் கொடுக்கறச்சே நிறைஞ்சுடுது.”

பல நாள் கடை மூடும்வரை பேசிக்கொண்டு இருந்துவிட்டு தார்ப்பாயைப் போட்டு கடையை மூடியவுடன் முருகனும் நடராஜனும் முரளீஸ் கபேயில் டிபன் சாப்பிட்டு விட்டு வீடு திரும்பியிருக்கிறார்கள்.

முருகனுக்குக் கொஞ்சம் வயதாக, பையன் கணேசனை வியாபாரத்திற்குள் கொண்டு வந்தார். கணேசனை இருபது வயதில் இருந்து நடராஜன் பார்த்து வருகிறார்.

“சாமி! சாமி!”

என்று முருகனைப்போலவே கணேசனும் நடராஜனை மிகுந்த அன்போடு கூப்பிடுவார்.

“கணேசா! டிபன் சாப்பிடலாம் வா!” என்று முருகனுக்குக் கொடுத்த அதே மரியாதை மாறாமல் நடராஜன், கணேசனை முரளீஸ் கபேக்கு, கடையை அடைத்தபின் அழைத்துப் போவார்.

ஒன்று இரண்டல்ல நடராஜன் கிட்டத்தட்ட ஐம்பதாயிரம் புத்தகங்களைச் சேர்த்து வைத்திருந்தார். சம்பளத்தில் சரிபாதி புத்தகமாகி இருந்தது. வடசென்னையின் எல்லையில் இருந்த அவரது வீட்டுக்குப் போகாத பெரிய மனிதர்கள் கிடையாது. படத்துக்குப் பாட்டெழுதும் கவிஞர்கள் தொடங்கி, அரசியல்வாதிகள், அரசு அதிகாரிகள் எல்லோருக்கும் நடராஜன் தேவைப்பட்டார்.

அவரிடம் பழைய தகவல்கள் எதுவானாலும் அது பற்றிய புத்தகம் இருந்தது. அது எந்த விஷயம் பற்றியது என்றாலும் தன் புத்தக வரிசையிலிருந்து மிகத் துல்லியமாக நடராஜனால் அதை எடுத்துவிட முடியும்.

நடராஜனை “சாமி” “அண்ணா” “ஆண்டவரே” “தெய்வமே” என்று அவரவர் ஒரு அடைமொழியில் அழைத்து, தங்களுக்கு

இப்படி ஒரு தகவல் நிறைந்த புத்தகம் வேண்டும் என்று கேட்டுத் தேடி வருவர். கமர்கட், கடலை உருண்டை, பக்கோடா, மிக்சர், முந்திரி, வெல்லம் என்று சாதாரண தின்பண்டங்களில் மகிழ்ந்து விடும் நடராஜனை, இந்தச் சின்னச் சின்ன விஷயங்களை கொடுத்து உற்சாகமூட்டிவிடுவார்கள். புத்தகங்களை யார் நேசித்தாலும் அவர்களை நேசிக்கும் மிகப்பெரிய பலவீனம் நடராஜனை ஆட்டிப்படைத்தது.

மகாபாரதத்தின் எந்தப் பகுதியையும் அவரால் ஒரு நிமிடம்கூட யோசிக்காமல் சொல்லிவிட முடியும். பல பேச்சாளர்கள் அவர் வாயைக்கிளறி கதைகேட்டு அதைத் தாங்களாகவே வாசித்ததுபோல் மேடையில் பேசத்தொடங்கினார்கள்.

“அண்ணா! இன்னிக்கு உங்கபேரச் சொல்லியே நீங்க சொன்ன அந்தக் கதையை மேடையில் சொன்னேன்” என்று கூசாமல் பொய் சொல்வார்கள். அப்படி நடக்கவேயில்லை என்பதை அறிந்திருந்தும் அவர்களின் அற்பத்தனத்தை நடராஜன் ஒருபோதும் பொருட்படுத்தியதில்லை.

வெறும் வயிற்றுப் பிழைப்புக்காகவும் புகழுக்காகவும் புத்தகம் படிப்போரையும் தகவல் கேட்டுப் போவோரையும் கண்டு நடராஜனுக்கு பரிதாபமாக இருக்கும். இவர்கள் கேட்டதும் படித்ததும் கொஞ்சம்கூட இவர்கள் மனசுக்குள் இறங்க வில்லையே என்று அவர்களைக்கண்டு இரக்கம் கொள்வார். எவ்வளவுதான் புரிதல் இருந்தாலும் அவர் மனைவி சரஸ்வதிக்கு சில நேரங்களில் நடராஜனின் பெருந்தன்மையை எல்லோரும் கேலிப்பொருளாக மாற்றிவிடுவார்களோ என்று கவலை வந்துவிடும்.

அப்படி சரஸ்வதி துவண்டுபோகும் நேரங்களில் எல்லாம் “பேபி! இதுகள எல்லாம் ஒரு பொருட்டா நினைச்சு இப்படி வருத்தப்படறது நல்லாருக்கா?” என்று ஆதரவாகக் கேட்டுவிட்டு, கணீர் என்று டி.எம்.எஸ்.குரலில் ஒரு பாட்டை எடுத்து விடுவார். அதோடு அவர் மனைவி கரைந்துவிடுவாள்.

மனைவி அமைதியாகிவிட்டாலும் உயர்வான விஷயங்களைத்

தேடி வருவோர் மனதில் ஏன் இத்தனை அற்பத்தனமும் அழுக்கும் மண்டிக்கிடக்கிறது என்பது அவரையும் சில நேரங்களில் ஆழ்ந்து யோசிக்க வைத்திருக்கிறது. புகழ் போதையிலிருந்து மீளமுடியாமல் பைத்தியம் பிடித்துச் சுற்றும் அவர்களுக்கு எதைச்சொல்லி எப்படிப் புரியவைப்பது?

பிரபலமாக இருப்பவனே வெற்றியாளன், அறிவாளி என்று நம்பும் கூட்டம் இருக்கும்வரை புகழ்போதையில் இருந்து யாரை எப்படி மீட்பது என்று மனதுக்குள் எழும் கேள்விக்கு நடராஜனுக்கு விடை கிடைத்ததே இல்லை.

கோயிந்து கடையின் முன் வண்டியை நிறுத்தவும் தன்தோளில் வழக்கமாகத் தொங்கும் ஜோல்னா பையை மாட்டிக்கொண்டு "என்ன கணேசா!" என்றபடி கடையின் முன் நின்றார் நடராஜன்.

"சாமி! புதுசா ஒண்ணியும் வரல சாமி" என்றார் கணேசன்.

நடராஜன் அப்படியே ஒரு நோட்டம் விட்டார். "கணேசா! அந்த வலது கோடியிலே ஒரு கட்டு இருக்கே அத எடு" என்றார்.

"எது சாமி?"

"இந்தா அந்த ஒரு முப்பது புஸ்தகம் சேர்ந்தா மாதிரி ஒரு கட்டு இருக்கே"

"ஐயே... அத வித்துட்டேன் சாமி. ஒரு ஆளு காலைல வந்து ரொம்பநேரம் அலசிப் பார்த்துக்குனு இருந்தார். இந்தக் கட்டு அப்பதான் வந்து இறங்கிச்சு. அந்த சினிமா கவிஞர் ஒருத்தர் போனமாசம் போய்ட்டாருல்ல. அவரு வீட்டுல இருந்து ஒரு அஞ்சு கட்டு வந்துச்சு. இன்னும் ரெண்டுநாள் கழிச்சு மீதி புஸ்தகம் கொண்டுவந்து தரேன்னு அவர் மச்சான் சொல்லிட்டுப்போனார். அந்நேரத்திலதான் நான் சொன்ன அந்த ஆளு இந்தக் கட்டை அலசி பார்த்து அப்படியே எடுத்துக்கறேன்னு, கேட்ட காச கொடுத்து வாங்கிட்டான் மவராசன். நம்ம கடைக்கு எப்பனாச்சும் வருவாரு. நல்ல கஸ்டமர். சாயங்காலம் வந்து எடுத்துக்கறேன்னு சொல்லிட்டு போயிருக்கார்"

“கணேசா! தயவுசெய்து அந்தக் கட்டை ஒரு தடவை பார்க்கவிடேன்.”

“ஐய! நல்லாப் பாரு சாமி. ஆனா வித்துட்டேன். கேட்டா சரக்கு இல்ல சாமி.”

கணேசன் கட்டை எடுத்துப்போட, நடராஜன் ஒவ்வொரு புத்தகமாய் எடுத்துப் பார்த்தார். தங்கள் வீட்டுப் பாத்திரத்தை எந்த இடத்திலும் கண்டுபிடித்துவிடும் பெண்களைப் போலதான், தான் படித்து ஆண்ட புத்தகத்தை எத்தனை கோடி புத்தகங்களுக்கு நடுவில் இருந்தாலும் ஓர் உண்மையான புத்தகக் காதலனால் கண்டுபிடித்துவிட முடியும்.

“புதிய பாணியில் ஒரு காப்பியம் எழுதப்போறேன். அதுக்கு நீங்க கொஞ்சம் புஸ்தகங்கள் கொடுக்கணும் ஆண்டவரே- என்று கவிஞர் கேட்டபொழுது, நடராஜன் “அதுக்கென்ன!” என்று நிறைந்த மனத்தோடு அவர்கேட்ட அத்தனை புத்தகங்களையும் கொடுத்தனுப்பினார். அதற்குப்பின் நடராஜனால் கவிஞரைச் சந்திக்க முடியவே இல்லை.

இதோ! அந்த முப்பது புத்தகங்கள் அவர் மறைந்தபின் அவர் வீட்டிலிருந்து அப்புறப்படுத்தப்பட்டிருக்கிறது. நடராஜன் ஒவ்வொன்றாய் எடுத்துப் பார்த்தார். புத்தகங்களுக்கு நடுநடுவே அவர் தன்பெயரை எழுதி வைப்பது அவர் வழக்கம். அதைத் தேடி உறுதிப்படுத்திக் கொண்டார். அவை இன்று அச்சில் இல்லாத புத்தகங்கள். நடராஜனுக்கு ஒரு வளர்த்த மகள் காணாமல்போன துக்கத்தைப்போல நெஞ்சு அடைத்தது. அப்படியே தலையில் கையை வைத்துக்கொண்டு உட்கார்ந்தார்.

கணேசன் பதறினான். “சாமி! என்ன சாமி!”

“அப்பா! இது எல்லாம் என் புஸ்தகம்பா. கவிஞர் கேட்டாருன்னு கொடுத்திருந்தேன். இன்னையதேதிக்குக் கிடைக்கவே கிடைக்காதுப்பா.”

“ஆமா சாமி! வாங்குன ஆளும் கிடைக்காதுன்னுதான் சொன்னார். வித்தவன வேற திட்டினார். அப்புறம் ‘சரி! சரி!

அந்த ஆளு வித்துருக்காட்டி எனக்கு எப்படிக் கிடைச்சிருக்கும்'னு அவரு தனக்குதானே பேசிக்கிட்டாரு. இப்ப இன்னா சாமி செய்யிறது?"

"அவரு எப்ப வருவாரு கணேசா?"

"சாயங்காலம் வரேன்னாரு சாமி."

"அப்ப நான் இப்படியே இருக்கேன். அவரு வந்தா கேட்டுப்பாக்கறேன்" என்று நடராஜன் அந்தக் கடை ஓரத்திலேயே உட்கார்ந்துகொண்டார்.

கோயிந்து வண்டியிலிருந்து இறங்கி வந்தான்.

"இன்னா சாமி! இங்க உக்காந்து இருக்க. எதுனா பிரச்சனையா?"

"கோயிந்தா! உனக்கு ஞாபகம் இருக்கா? ஒருதடவை அந்த சினிமா கவிஞர் வீட்டுக்கு ஒருகட்டு புஸ்தகம் நீதானே கொண்டு குடுத்த?"

"எந்த சினிமா கவிஞர்?

நீ எல்லார் வீட்டுக்கும் அனுப்புற. யாரு வீடு?

எந்த இடம் சாமி?"

"அதாம்பா! வடபழனில இருந்தாரே கவிஞர்; போன மாசம் போயிட்டாரே அவர்."

"ஓ! ஆமாம் சாமி. ஒரு பத்து மாசம், ஒரு வருஷம் இருக்குமே அந்த புஸ்தகங்களைக் கொடுத்தது. இப்ப என்ன அதுக்கு?"

"அவர் போனப்புறம் அத அவங்க வீட்டுல, இங்க கணேசன்கிட்ட விலைக்குக் கொடுத்துருக்காங்க."

"அப்ப எடுத்துட்டு வா போவோம்."

"இல்லியே. வேற ஒருத்தர் வாங்கிட்டாராம்."

"ஐயயோ! இன்னா செய்யிறது இப்ப?"

"அந்த வாங்கினவர் இப்ப வருவாராம்.கேட்டுப்பார்ப்போம்..."

"ஐய... ஏன் ஒடிஞ்சுபோயி உக்காந்துட்ட? விட்டுக்

கொடுக்காமலா போயிடப்போறாரு. இரு இரு பார்ப்போம். அவருக்கு மனசுன்னு ஒண்ணு இருக்கும்ல? நீ மனச உடாத சாமி...”

என்று கோயிந்து நடராஜனுக்கு ஆறுதல் சொன்னான். பக்கத்து கடையில் மூன்று டீ வாங்கிக்கொண்டு வந்து கணேசனுக்கும் நடராஜனுக்கும் கொடுத்துவிட்டு “குடி சாமி” என்றான்.

டீயை வாங்கிக்கொண்டு புத்தகக் கட்டையே தொட்டுத்தொட்டுப் பார்த்துக்கொண்டிருந்தார் நடராஜன். லேசாக இருட்டத் தொடங்கியிருந்தது.

“எப்ப வருவாரு கணேசா?

ஏதாவது போன் நம்பர் இருக்கா அவருக்கு?”

“அந்த அளவுக்கு அவரத்தெரியாது சாமி. எப்படியும் வருவார்”

“எவ்வளவு காசு கொடுத்தார் கணேசா?”

அத ஏன் கேக்கற? நான்கேட்ட எட்டாயிரத்துக்கு ஒத்துக்கிட்டார் மனுஷன். கையோட அஞ்சு ரூபாயைக் கொடுத்துட்டாரு.”

“நான் வேணா பத்தா கூட கொடுத்துடறேன் கணேசா!”

“ஐயோ! உனக்கும் எனக்கும் மத்தியில காசா சாமி பெருசு? அந்தாளு ஒத்துக்கணும். தொழில் தர்மம்னு ஒண்ணு இருக்கில்ல? இந்தா அவரே வராரு. கேட்டுப் பார்ப்போம். நீ பதறாத.”

நடராஜன் மிகுந்த படபடப்போடும் எதிர்பார்ப்போடும் வந்தவர் முகத்தைப் பார்த்தார்.

“சார்! உங்க பேர மறந்துட்டேன் சார்” என்று கணேசன் பேச்சைத் தொடங்கினான். “ஜெகதீசன்” என்றார் வந்தவர்.

“சார்! இவரு பேரு நடராஜன். எங்க அப்பா காலத்துல இருந்து கஸ்டமர்.”

நடராஜன் ஜெகதீசனுக்கு ஒரு கும்பிடு போட்டார்; “சார்! நீங்க...” எனறார்.

“நான் ஒரு என்ஜினீயர் சார். பழைய புக்ஸ் படிக்க, சேர்க்க ஆசை.”

நடராஜன் அவரைக் கெஞ்சலோடு பார்த்தார்.

“இந்தக் கட்டு நீங்க வாங்கினதுன்னு கணேசன் சொன்னார்”

“ஆமாம் சார்! இன்னும் மூவாயிரம் கொடுக்கணும். கணேசன்! இந்தாங்க.”

நடராஜன், ஜெகதீசன் கைகளைப் பிடித்துக்கொண்டார்.

தன் புத்தகம் பிரிந்துபோன கதையை உருக்கமாக விவரித்தார். காலில் சாக்கைக் கிழித்துக் கட்டிக்கொண்டு தார் ரோடு போட்ட நாள் முதல் மூட்டை தூக்கி லேபர் வேலை பார்த்த காலங்களில் சம்பாதித்த காசில் வாங்கியவை அந்தப் புத்தகங்கள் என்று கலங்கினார். அந்தப் புத்தகங்களைத் தன்னால் பிரியவே முடியாது என்று கெஞ்சினார்.

ஜெகதீசன் அவர் பார்வையைத் தவிர்த்தார்.

“சாரி சார்! இது துரதிருஷ்டவசமானது. ஆனால் எனக்கு இந்தப் புத்தகங்களை விட்டுக்கொடுக்கும் அளவு பெருந்தன்மை இல்லை.”

கணேசனிடம் காசை கொடுத்துவிட்டு “புத்தகங்களைக் கட்டி கொடுங்க கணேசன்” என்று ஜெகதீசன் சொன்னபோது, நடராஜன் தன் தோளில் இருந்த பையைக் கீழேவைத்து விட்டு அப்படியே ஜெகதீசன் கால்களில் விழுந்து, “சார்! தயவுசெய்து விட்டுக்கொடுங்க சார்! அதெல்லாம் என்னோட புத்தகங்கள் சார்!” என்று கதறிவிட்டார்.

“கணேசன்! என்ன இதெல்லாம்? சார்! ப்ளீஸ்” என்று விலக்கிக்கொண்டு ஜெகதீசன் பணத்தை கணேசனிடம் திணித்து விட்டு, புத்தகங்களைத் தாமே கட்டத்தொடங்கினார்.

கோயிந்து ஒரு நிமிடம் உறைந்துபோனான். “சார்! அவ்ளோ வயசுல பெரியவர் கேக்கறாரே. கொஞ்சம் மனசு இரங்கக்கூடாதா சார்!”

“யோவ்! உன் வேலையைப்பாரு” என்று ஜெகதீசன் கோயிந்தை ஒரே வார்த்தையில் ஓரங்கட்டிவிட்டு தன் புத்தகக் கட்டோடு மோட்டார் பைக்கில் கிளம்பிவிட்டார்.

தளர்ந்த நடையோடு வந்து ஆட்டோவில் ஏறினார் நடராஜன். வீட்டுக்குப் போகும் போது யாரோ ஒருவரிடம் மொபைல் போனில் நடந்தவற்றைச் சொல்லி உடைந்து அழுதார். "என் கண் முன்னாலேயே என் புத்தகங்கள் பறிபோச்சு இந்து. என்னால ஒண்ணும் பண்ண முடியலை" என்று விம்மினார்.

கோயிந்துக்கு ஒன்றும் ஓடவில்லை. ஆட்டோவை ஓரங்கட்டி விட்டு, "சாமி! அந்த புஸ்தகத்துல அப்பிடி என்னதான் இருக்குது சொல்லேன்" என்றான்.

நடராஜன் அந்தப் புத்தகங்களில் உள்ளவற்றையெல்லாம் சொல்லிச்சொல்லிப் புலம்பினார்.

"சாமி! அந்த புஸ்தகங்கள்ல இருக்கறது எல்லாம்தான் உனக்குத் தெரியிதே! அப்புறம் அந்த புஸ்தகமெல்லாம் உனக்கு எதுக்கு? உனக்கு வேண்டியது புஸ்தகமா? இல்ல அதுல இருக்கற விஷயமா? புஸ்தகந்தான்னு சொல்லு. அந்த ஆள அடிச்சாவது உனக்கு வாங்கியாந்து தரேன். சும்மா புடிச்சிக்குனு தொங்கக்கூடாது. இன்னா வேணும்னு யோசிச்சுச் சொல்லு!"

நடராஜனுக்கு கோயிந்து தன்னைக்கேட்ட கேள்வி, கன்னத்தில் அறைந்தாற்போல் இருந்தது.

புத்தகத்தின் ஆத்மா அதில் உள்ள விஷயம். புத்தகம் சரீரம். அப்ப நான் புத்தகத்தைப் பிடிச்சு வைக்கணும்னு அதன்மேல ஏதோ ஒரு பற்று வளர்த்துக்கொண்டு விட்டேனா?

பற்று அறுபட, படித்த விஷயங்களை நான் உள்வாங்கவே இல்லையோ? புத்தகம் சரீரம். அதில் உள்ள விஷயம் ஆன்மா.

ஆட்டோவிற்கு முன் நின்ற கோயிந்து ஆதி சிவனாகவே தோன்றினான். நடராஜன் கையெடுத்து அவனைக் கும்பிட்டார்.

கலைமகள் - ஜூன் 2021

யாத்திரிகம்

அன்றைய புனிதவெள்ளிப் பொழுது விடியும்போது அது மனதை இத்தனை பெரிய போர்க்களமாக மாற்றிப் போடப் போகிறது என்று சிஸ்டர் மேரி நினைத்துக் கூடப் பார்க்கவில்லை. பொதுவாக ஞாயிறு காலை சிறப்பு பூசைகள் முடிந்தபின் தேவாலயத்திலிருந்து ஒவ்வொருவராக வெளியேறிப் போகும்போது சிஸ்டர் மேரியை நலம் விசாரித்து வணங்காமல் செல்வதில்லை.

அந்த தேவாலயத்திற்கு வரும் அத்தனை நபர்களையும் பெயர் சொல்லி அழைக்கும் அளவிற்கு சிஸ்டர் மேரி அவர்களுக்குப் பரிச்சயம். கடந்த பதினெட்டு ஆண்டுகளில் புனித லூர்து சர்ச்சின் ஒவ்வொரு அங்குலமும் சிஸ்டர் மேரிக்கு அத்துப்படி. வழிபாட்டுக்கு வரும் அத்தனை அன்பர்களையும் அவரின் சாந்தம் நிறைந்த முகம் அன்பு சிந்தி வரவேற்கும். தங்கள் தனிப்பட்ட குடும்பப் பிரச்சனைகளையும் துக்கங்களையும் சிஸ்டர் மேரியிடம் பகிர்ந்துகொள்ளும் ஒரு பெரிய கூட்டம் அந்த சர்ச்சில் இருந்தது. ஒவ்வொருவரின் பிரச்சனைக்கும் மனமுருகி தேவனிடம் பிரார்த்தனை செய்து அவர்களுக்காய் நாள் தோறும் ஜபம் செய்வதை சிஸ்டர் மேரி உளமாரச் செய்வார்.

“சிஸ்டர் நீங்க செஞ்ச பிரார்த்தனைதான் என் பிரச்சனைகளைத் தீர்த்துவைத்தது!” என்று யார் சொன்னாலும் ஒரு

புன்னகையோடு அதைத் தள்ளிவைத்துவிட்டு, “கர்த்தர் கருணையே வடிவானவர் அம்மா; யார் மனமுருகி ஜபம் செய்தாலும் அவர் இரங்குவார்; இதில் நான் யாரும் இல்லை,” என்று கனிந்த குரலில் சொல்லிவிட்டு எதிரில் நிற்கும் நபரின் நெற்றியில் குரிசில் இட்டு தானும் நெற்றியில் தொடங்கி நெஞ்சிலும் இரு தோளிலுமாக குரிசில் இட்டு கர்த்தருக்கு நன்றி சொல்லி அங்கிருந்து சிறு அதிர்வுகூட இல்லாமல் நகர்ந்துவிடுவார் சிஸ்டர் மேரி.

சிஸ்டர் மேரி இங்கு வந்தபோது அவருக்கு இருபத்திநான்கு வயதிருக்கும். தான் கன்யாஸ்திரி ஆகவேண்டும் என்ற தன் எண்ணத்தை உறுதிபடச் சொன்னபோது அவர் பின்னணியை முழுவதும் கேட்டறிய முனைந்தது திருச்சபை. தான் ஒரு அநாதை என்றும், சொந்தக்காரர்கள் வீட்டில் தங்கிப் படித்தவர் என்றும், சிறிது காலமாவே கர்த்தருக்குத் தன்னை அர்ப்பணிக்க வேண்டும் என்ற எண்ணமே தன் உள்ளத்தில் மேலோங்கி இருப்பதாகவும் அவர் தெரிவித்தபோது, அதனை அவ்வளவு எளிதாக திருச்சபை ஏற்றுக்கொண்டுவிடவில்லை. பல்வேறு சோதனைகளையும் தாண்டித்தான் அவர் உள்ள உறுதியை சபை ஏற்றுக்கொண்டது.

பொறுமையாகவும், நிதானமாகவும், சோதனைகளைக் கடந்து வந்து, கடைசியில் தான் விரும்பியபடி கர்த்தரின் திருப்பணியில் தன்னை ஐக்கியப்படுத்திக் கொண்டு சிஸ்டர் மேரியாக, தான் மாறிய அந்த நாளை இப்போது நினைத்தாலும் சுழன்று முடித்து விட்ட வருடங்களும், அதற்குள் சுருட்டி வைக்கப்பட்டிருக்கும் நாள்களும் சிஸ்டர் மேரியின் நினைவில் ஒரு முறை விரிந்து சுருங்கியது.

இன்னும் இரண்டு நாட்களுக்குள் ஈஸ்டர் தினம் வரப்போகிறது. பெருந் திரளாகச் சிறப்பு பூசைகளுக்கு வரும் அனைவரையும் காணப்போகிறோம் என்ற எண்ணத்தில்தான் அந்தப் புனித வெள்ளியன்று சிஸ்டர் மேரி தன் நாளை எதிர்கொண்டார்.

காலையில் பூசைக்கு வந்திருந்த எல்லோரும் புறப்பட்டுப் போய்க் கொண்டிருந்தபோது, “சிஸ்டர் வரோம்” என்று விடை

பெற்றுக்கொண்டிருந்த அத்தனை குரல்களுக்கும் நடுவில் “வரேன் மதர்” என்ற குரல் அவர் கவனத்தைக் கலைத்தது. அந்தக் குரலுக்குச் சொந்தக்காரன் ஒரு அரும்பு மீசை இளைஞன். இந்த தேவாலயத்திற்குள் இதுவரை அவனைப் பார்த்ததேயில்லை. பரிச்சயம் இல்லாத குரலாகவும் தனித்து ஒலிக்கும் “மதர்” என்ற சொல்லில் நிறைந்திருந்த அழுத்தமும் சிஸ்டர் மேரியின் கவனத்தை அடர்த்தியாக ஈர்த்தது.

அப்படிச் சொன்ன குரலுக்குச் சொந்தக்காரன் சிஸ்டர் மேரியின் கண்களுக்குள் ஆழ ஊடுருவி விட்டு, அந்த இடத்திலிருந்து அகன்றுவிட்டான். அழைப்பதற்கு அவன் பெயர் குரலில் இருந்து எழவில்லை. அந்தப் பார்வையின் அதிர்ச்சியிலிருந்து இன்னும் மீளாத நிலையில், சிஸ்டர் மேரியால் சுதாரித்துக்கொண்டு அவனை அழைக்க எந்த முயற்சியும் மேற்கொள்ள முடியவேயில்லை. தேவாலயத்தின் முன்புறத்தில் இரண்டு பக்கங்களிலிருந்தும் முதல் தளத்திற்குச் செல்ல ஏதுவாக படிகளற்ற சறுக்குப்பாதையின் ஒருபுறத்திலிருந்து மிக வேகமாக இறங்கி அந்த இளைஞன் சர்ச்சின் வாசல் கதவு வரை விரைந்துவிட்டான். சில்வர் நிறத்தில் வண்ணம் பூசப்பட்டு அகன்று, உயர்ந்திருந்த அந்த இரும்புக்கம்பிகளாலான கனமான கதவைப் பிடித்தபடி நின்ற அந்த இளைஞன், சிஸ்டர் மேரியை மீண்டும் ஒரு முறை ஊடுருவிப் பார்த்துவிட்டு சர்ச் வாசலில் இருந்த பஸ் ஸ்டாண்டில் வந்து நின்ற ஒரு பஸ்ஸில் ஓடிச்சென்று ஏறிக்கொண்டான். பஸ்ஸின் படிக்கட்டில் நின்ற அவன் தொலைவில் இருந்தாலும் அவன் கண்கள் மட்டும் சிஸ்டர் மேரியின் பக்கத்திலேயே நின்றுகொண்டிருந்தன.

ஒரு ஆணை கம்பீரமானவன் என்று சொல்லலாம். ஆனால் இவன் அழகன். ஒழுங்காகச் சீவிய முடி; வெண்ணிற வரிசைப் பற்கள்; திருத்திய இளமீசை; நன்கு தேய்த்துப் போடப்பட்டிருந்த மடிப்புக் கலையாத இளம் நீலத்திலான சட்டை, அதற்குப் பொருத்தமான கரு நீலத்திலான பேண்ட், சீரான காலணி. இவற்றையெல்லாம் எப்படித்தான் அந்த ஒரு நொடிக்குள் கவனித்து மனத்துக்குள் பதித்துக்கொண்டோம் என்று சிஸ்டர் மேரியால் புரிந்துகொள்ள முடியவில்லை. ஆனால், “மதர்

வரேன்" என்ற குரலைக் கேட்ட அந்த ஒரு கணத்தில் இவை எல்லாம் நிகழ்ந்துதான் விட்டது.

தன்னிலிருந்து விலகி வாசல் வரை சென்று, பஸ்ஸில் ஏறி, படிக்கட்டில் நின்றபடி தன்னைப் பார்த்துக்கொண்டே அகன்ற அவனின் பிம்பம் அந்தப் புனித வெள்ளியை சிஸ்டர் மேரிக்கு மட்டும் பூகம்பவெளியாய் மாற்றிப்போட்டுவிட்டது. இருபது, இருபத்தொரு வயதிருக்கும் அவனுக்கு. என்ன நினைத்துக் கொண்டு வந்து இப்படி அழைத்தான்? தான் நினைப்பதும் ஊகிப்பதும் சரியா, தவறா என்று இனம்பிரித்துப் பார்க்க முடியாமல் மனம் கிழிந்து நின்றார் சிஸ்டர் மேரி.

கூட்டம் அடங்கிய பின்னர் வெகு நேரம் கர்த்தர் முன் மண்டியிட்டு மனதுக்குள் கண்ணீர் சிந்தியபடி கண்களை இறுக்க மூடிக்கொண்டு "கர்த்தரே, கர்த்தரே இந்தப் புனித வெள்ளியன்று ஏன் எம்மை இப்படிச் சோதிக்கிறீர்கள்? எது உண்மையோ அது வெளிச்சமாகட்டும்; என் மனக்குழப்பங்கள் தீரட்டும்- கர்த்தரே எம்மை வழிநடத்துவீர்" என்று கரைந்து கசிந்து பிரார்த்தனை செய்தார்.

தன் அறைக்குச் சென்று நெடுநேரம் ஆகியும் உறங்காமலேயே சிஸ்டர் மேரிக்கு அந்த இரவு முடிந்தது.

மறுநாள் நடந்த பூசைகளில் தன்னை முழுவதுமாக ஈடுபடுத்திக் கொள்ள முடியாமல் சிதறியிருந்தார் சிஸ்டர் மேரி. பூசைக்கு வந்தவர்கள், அவரிடம் பேசியதோ, விடைபெற்றதோ அவருக்குள் முழுமையாகச் செல்லவேயில்லை. உதடுகள் விடைகொடுத்ததேயன்றி அவர் உள்ளம் ஒருவரிடமும் பேசவில்லை. அவர் கண்கள் எதையோ தேடியவாறே இருந்தன. அன்று நள்ளிரவு நடந்த சிறப்புப் பூசைக்கு வந்திருந்த மதர் சுப்பீரியிருக்கு சிஸ்டர் மேரியின் செயல்பாடுகள் சற்று முரணாகவே தோன்றின. அமைதியும், நிதானமும் வயதுக்கு மீறிய முதிர்ச்சியும் செயல்களில் தெளிவுமாகவே சிஸ்டர் மேரியை அறிந்திருந்த மதர் சுப்பீரியருக்கு இன்று அவர் வேறு மாதிரி தெரிந்தார். இதுபோன்ற மனக்கிலேசத்துடனான சிஸ்டர் மேரியை இத்தனை வருடங்களில் அவர் ஒருபோதும்

பார்த்தறிந்ததில்லை. கர்த்தரின் ஊழியத்தில் தன்னைக் கரைத்துக்கொண்டபோது மேரி வெறும் இருபத்தி நான்கு வயது நிரம்பியவர் இன்று நாற்பதைக் கடந்து நிற்கும் ஒரு மத்தியம வயதில் அவருக்கு ஏற்பட்டு இருக்கும் இந்த மனக்கிலேசம் எதன் பொருட்டு என்று அறிந்துகொள்ள முடியாத இந்தத் தருணம் மதர் சுப்பீரியரைக் கவலைப்படுத்தியது. கூட்டம் கலைந்த பின் தளர்வுற்ற நடையோடு கர்த்தர் முன் மண்டியிட்டு வெகுநேரம் ஜபத்தில் இருந்த சிஸ்டர் மேரிக்காகக் காத்திருந்தார் மதர் சுப்பீரியர்.

ஒருவரும் இல்லாத அமைதி நிறைந்த அந்த பின்னிரவுச் சூழலில் தியானம் கலைந்த சிஸ்டர் மேரி தனக்காகவே காத்திருந்த மதர் சுப்பீரியரிரைப் பார்த்தவுடன் சற்றே உள்ளுக்குள் பதறினார். “மதர்” என்ற சிஸ்டர் மேரியை ஆதரவாகப் பார்ததவர், “கர்த்தர் ஒருவரையும் ஒருபோதும் கைவிடுவதில்லை மை சைல்ட்” என்றார். அவரின் அந்த வார்த்தைகள் சிஸ்டர் மேரியின் உள்ளுக்குள் கொந்தளித்துக்கொண்டிருந்த உணர்ச்சிகளை உச்சக் கொதி நிலைக்குக் கொண்டுவந்துவிட்டன. பொங்குவதற்கு முன் ஒரு சுற்றுச் சுற்றிவிட்டு மேலெழும்பும் பால்போல, காலப் பாத்திரத்தை ஒருமுறை சுற்றி வந்த அவரின் உணர்வுகள் மேலெழுந்து கண்ணீராய்ப் பொங்கி கண்களுக்குள் கரைகட்டி நின்றுகொண்டது. எனக்காகச் சிந்துவதற்கில்லை இந்தக் கண்ணீர் என்று ஒரு வைராக்கியத்தோடு கண்களைத் தாண்டாமல் அதைக் கண்ணுக்குள்ளே கட்டளையிட்டு நிறுத்திக்கொண்டார் சிஸ்டர் மேரி. அந்தக் கட்டளைக்குக் கட்டுப்பட்டு நின்ற அவர் கண்ணீர் அவர் உதடுகளில் துடிப்பாய் வெளிப்பட்டது.

“கர்த்தரே” என்று ஒருமுறை வாய்விட்டுச் சொல்லித் தன் உணர்ச்சிகள் அனைத்தையும் அந்த ஒற்றை வார்த்தைக்குள் கரைக்க முழு வீச்சோடு முயற்சித்தார்.

அவர் நெற்றியில் ஒரு சிலுவைக் குறியிட்டு கர்த்தர் உன் மனதுக்கு அமைதியைத் தரட்டும் என்று கூறி விடைபெற்றார் மதர் சுப்பீரியர். கேட்டுவிடுபவர்களிடம் கூட சொல்லத் தோன்றாத, சொல்லமுடியாத, சொல்ல விருப்பம் ஏற்படாத

துக்கங்களும் மன உணர்வுகளும், பல நேரம் என்ன என்று கேட்காமல், ஒரே வாக்கியத்தைச் சொல்லிவிட்டு விலகி நின்று, சிதறிக் கிடக்கும் நம் மனதை சேமிக்கும் சூட்சமத்தை வீசும் ஆழமான பார்வை நிறைந்த பெரியவர்கள் முன், கதறிக் கதறி நம்மைக் கொட்டித்தீர்க்கத் தோன்றிவிடுகிறது. சிஸ்டர் மேரி இப்போது மதர் சுப்பீரியர் முன் அந்த நிலையில்தான் இருந்தார். இருந்தபோதும் நெஞ்சு வெடித்துவிடும் அந்தக் கடுந்துயரத்தை எங்கு தொடங்கி எப்படி முடிப்பது. இருகரம் கூப்பி, தனக்குக் கிடைத்த ஆறுதல் வார்த்தைகளை உறுதியாகப் பற்றிக்கொண்டு தன் அறைக்குச் செல்ல விடைபெற்றுக் கொண்டார்.

இந்த ஈஸ்டர் விடியல் எனக்கு எதைக் கொடுக்கப்போகிறது என்ற கடுமையான யோசனையோடு உறங்கச் சென்ற சிஸ்டர் மேரிக்கு, கர்த்தர் வழிகாட்டுவார் என்ற ஒரு நம்பிக்கை மட்டுமே துணை நின்று ஆறுதலைக் கொடுத்தது. இனி ஒருமுறை நேற்று வந்த இளைஞன் மீண்டும் தன்முன் வந்தால் என்ன செய்ய வேண்டும் என்ற கேள்விக்கு ஏதோ ஒரு பதில் கிடைப்பது போலவே அவருக்குத் தோன்றியது. நெடுநேரம் நடந்து முடிந்து சிறப்பு பூசைகளுக்குப் பின் மிகக் குறுகிய நேரமே அந்த ஈஸ்டர் விடியலுக்கு முன் விஞ்சியிருந்து. அதிகாலை பூசைக்குத் தயாராகி ஆலயத்திற்குள் சென்றார் சிஸ்டர் மேரி.

ஈஸ்டரின் விடியல் பெருங்கூட்டத்தை தேவாலயத்திற்குள் வரவழைத்திருந்தது. எங்கும் மகிழ்ச்சியும் உற்சாகமும் பொங்கி வழிந்துகொண்டிருந்தது. கர்த்தர் உயிர்த்தெழுந்த அந்தப் புனித நாளை தங்களுக்குள் நம்பிக்கை தழைக்கச் செய்யும் நாளாகவே ஒவ்வொருவரும் நினைந்து நெகிழ்ந்து பூரித்திருந்தனர்.

இரத்தமும் சதையுமான தம் உடலையோ, உள்ளத்தையோ எத்தனை கொடுமையானவர்கள் கொன்றாலும், சிலுவையில் அறைந்தாலும் நமக்குள் இருக்கும் பரிசுத்தம் நம்மை உயிர்த்தெழச் செய்யும். அந்த அற்புதத்தை தேவகுமாரன் நிகழ்த்துவார்; அவர் அவருக்குள் நிரம்பியுள்ளதைப் போலவே நமக்குள்ளும் நிரம்பித் ததும்புவார்; வஞ்சகத்திலிருந்தும், துரோகத்திலிருந்தும், துன்பத்திலிருந்தும், நம்மை உயிர்த்தெழச் செய்வார் என்ற

அசைக்க முடியாத நம்பிக்கையே இந்தப் பெருங்கூட்டத்தை அவர் திருமுன் கூட்டுவித்திருக்கிறது.

சிஸ்டர் மேரி இன்று சற்று அமைதியோடு இருந்தார். நேற்று இரவு மதர் சுப்பீரியர் பேசிய வார்த்தைகள் அவருக்குள் ஒரு தெளிவையும் நம்பிக்கையையும் ஏற்படுத்தியிருந்தன.

காலைப் பூசைகளும் முடிந்து மக்கள் கூட்டம் மகிழ்ச்சி நிறைந்த முகங்களோடு கர்த்தர் உயிர்த்தெழுந்ததைக் கொண்டாட வீடு நோக்கிச் சென்று கொண்டிருந்தனர்.

சிஸ்டர் மேரி தேவாலயத்தின் வாயிலில் வந்து நின்று பார்வையை ஓட்டினார். உள்ளேயிருந்து வழிந்து வெளியேறிய அன்பர்கள் “ஹாப்பி ஈஸ்டர் சிஸ்டர்” என்றபடி வாழ்த்துச் சொல்லிக் கொண்டே போயினர். அத்தனை குரல்களுக்கு மத்தியிலும் “ஹாப்பி ஈஸ்டர் மதர்” என்று ஒரே ஒரு குரல் ஒலித்தது. அதுதான் - அதேதான் - அதே குரல்தான் - அவன் தான் - புனித வெள்ளியன்று தன் மனத்தில் நெருப்புக்கனலை ஊதிச் சென்ற அவனின் குரலேதான்.

குரல் மாறியிருக்கலாம். ஆள் வளர்ந்திருக்கலாம். ஆனால் கண்கள்? அந்தக் கண்களை அவள் எப்படி மறக்க முடியும்? இதுவரை தன் வாழ்நாளிலும் அவன் வாழ்நாளிலும் அத்தனை அருகில் வைத்து அவன் கண்களைப் பார்த்தது அவளாக மட்டும்தான் இருக்க முடியும். இந்தப் பதினெட்டாண்டு பிரிவுக்குப்பின் மீண்டும் அந்தக் கண்களை அடையாளம் கண்டுகொள்வது ஒன்றும் அதிசயமே அல்ல. அவன் கண்களை சிஸ்டர் மேரியால் அடையாளம் காணவோ, புரிந்துகொள்ளவோ முடியாவிட்டால்தான் அது பெருங்குற்றம். அவன் பார்வைக்குச் சற்றும் சளைக்காத ஒரு துளைத்தெடுக்கும் பார்வையை அவன் கண்களுக்குள் செலுத்தினார் சிஸ்டர் மேரி. அந்தப் பார்வையின் தூய்மையில் அதனைச் சந்திக்கும் வலிமையிழந்து அவன் தன் பார்வையைத் தாழ்த்திக்கொண்டான். அங்கொன்றும் இங்கொன்றுமாய் இருந்த மக்கள் கரைந்துகொண்டிருந்தார்கள். சிஸ்டர் மேரி தன் மனதை உறுதிப்படுத்திக்கொண்டார். அந்த இடத்திலிருந்து தன் அறைக்கு திடமாக நடக்கத்

தொடங்கினார். தேவாலயத்தின் தந்தையை மாலை பூசைக்கு முன்னதாகச் சந்திக்க அனுமதி வேண்டி தொலைபேசியில் தொடர்புகொண்டார். அவர் என்றும் எதுவும் யாரிடமும் பெரிதாகக் கேட்காதவர் என்பதால் அவர் கேட்டபடி சந்திக்க அனுமதி அளித்தார் ஃபாதர் ஆம்புரோஸ்.

“சிஸ்டர் மேரி நீங்க பேசுவதை என்னால் நம்ப முடியலை. பாவமன்னிப்பு வேண்டி நீங்கள் நிற்க என்ன அவசியம்? எனக்கு ஒன்றும் புரியவில்லை; ஆனால் நீங்கள் கோரியபடி ஒப்புதல் வாக்குமூலம் அளிக்க நான் வாய்ப்புக் கொடுக்கிறேன். நீங்கள் என்னை நாலு மணிக்கு சந்திக்கலாம்” என்று தேவாலயத் தந்தை ஆம்புரோஸ் நேரம் குறித்தார்.

திரைமறைவுக்குப்பின் தேவாலயத்தந்தை ஆம்புரோஸ் அமர்ந்திருக்க, மறுபுறம் சிஸ்டர் மேரி மண்டியிட்டு, கர்த்தரை சிலுவைக் குறியிட்டு வணங்கினார்.

அங்கு வருவதற்கு முன் தேவாலயத்தின் வலது பக்கத்தில் அமைத்திருந்த சிறிய பாறைகளாலான ஒரு மிகச்சிறிய குன்றின்மேல் அன்னை மேரி குழந்தை ஏசுவை கைகளில் தோளோடு சேர்த்து நின்றிருக்கும் சிலையை ஒருமுறை உச்சிமுதல் பாதம் வரை அணு அணுவாய் தன் மனத்துக்குள் உள்வாங்கிக் கொண்டாள். அந்தப் பாறைகளுள் ஒன்றில் தன் மனத்தின் அடித்தட்டில் ஆண்டாண்டுகளாய் அமிழ்ந்திருந்த விழிகளுக்குச் சொந்தக்காரன் காயும் வெயிலில் வெறுமையான வறண்ட கண்களோடு அமர்ந்திருந்தான். அந்தக் காட்சி மீண்டும் ஒருமுறை சிஸ்டர் மேரியின் உடலில் ஒரு சிறு நடுக்கத்தையும் அதிர்வையும் ஏற்படுத்தியது. அந்த நினைவுகளில் இருந்து மீண்டு தன்னைச் சேகரித்துக்கொண்டு சிஸ்டர் மேரி பேசத் தொடங்கினார்.

“என் ஊர், பின்னணி எல்லாவற்றைப் பற்றியும் நான் உங்களிடம் சொன்னவை உண்மையல்ல ஃபாதர். எனக்கு பெற்றோர் உண்டு நான் திருமணம் ஆனவள். பத்தொன்பது வயதில் திருமணம்; இருபது வயதில் ஒரு ஆண் குழந்தைக்குத் தாயானேன். எங்கள் காதல் திருமணத்தை விரும்பாத என் கணவரின்

தாயார் எங்களை எப்படியும் பிரித்துவிடவேண்டும் என்று வன்மத்தோடு இருந்தார். ஒரு வயதுக் குழந்தையோடு என்னை தன் குடும்பத்தோடு விட்டுவிட்டு, என் கணவர் வெளிநாட்டுக்கு வேலைக்குச் சென்றார். அதற்குப் பின் அவர் தாயாரும் சகோதரரும் எனக்கு இழைத்த துன்பங்கள் சொல்லத்தகாதவை. என்னால் என் கணவரோடு ஒரு முறை கூடத் தனியாகவோ, அந்தரங்கமாகவோ தொலைபேசியில் அவர் அழைக்கும் போது பேசவே முடியவில்லை. இரண்டு ஆண்டுகள் பிரிந்து இருந்தும் என் கணவரால் இங்கு நடப்பதையோ, என்னிடம் ஏகாந்தமாக அவருடன் பேசமுடியாத ஒரு சூழல் இருப்பதையோ ஊகிக்கவோ, உணர்ந்துகொள்ளவோ முடியவேயில்லை. அப்படித்தான் நான் நம்பினேன். அவர் சகோதரருக்கு திருமணம் முடிவாகியிருந்தது. அதில் கலந்துகொள்ள என் கணவர் வருவதற்கு முதல் நாள் நள்ளிரவு திடீரென்று எனக்கு மயக்கம் வருவதுபோல் இருந்தது. விழித்தபோது நான் மருத்துவமனையில் இருந்தேன். என்னைச் சுற்றி என் கணவர், அவர் தாயார், சகோதரர் எல்லோரும் இருந்தனர்

“என்னம்மா - இப்படி ஒரு காரியத்தைச் செய்ய எப்படி உனக்கு மனசு வந்தது. உன்னையும் அழிச்சிக்கிட்டு உன் குழந்தையையும் அழிக்கணும்னு எப்படி நினைக்க முடிஞ்சது” என்று என் மாமியார் அழுதபடி கேட்க துணுக்குற்றேன். “ஐயோ ஐயோ என் புள்ளைக்கு என்னாச்சு” என்று பெருங்குரலெடுத்து அலறினேன். “கர்த்தரின் கருணையால் நீங்க இரண்டு பேரும் பொழச்சுக்கிட்டீங்க தம்பி பக்கத்து வார்டுல இருக்கான். ஏம்மா இப்படி தூக்க மாத்திரை சாப்பிட்டு உயிர விடத் துணிஞ்ச?” என்று கேட்டு மீண்டும் குரலெடுத்து அழுத என் கணவரின் தாயாரை நான் எப்படி எதிர்ப்பது? எந்த உண்மையைச் சொல்லி அவர் ஆடுவது நாடகம் என்று நிரூபிப்பது? எனக்கும் என் பிள்ளைக்கும் ஆபத்தில்லாத அளவுக்கு தூக்கமாத்திரை கொடுத்து நாங்கள் மயங்கியவுடன் தற்கொலை செய்துகொள்ளவும், என் பிள்ளையோடு சேர்ந்து இறக்கவும் முயற்சிசெய்துவிட்டேன் என்று என் மாமியார் சித்தரித்துவிட்டார்.

“ஆனால் பெரும் பலத்தைக்கொண்டு, அதைக் காவல் துறையின் கவனத்திற்கு எடுத்துச் செல்லாமல் எனக்கு ஒரு பெரிய உதவி செய்து என்னைத் தப்பிக்கவைத்துவிட்டதாக என் மாமியாரும், அவரின் இளைய மகனும் சேர்ந்து கைதேர்ந்த நாடகமாடி, ஒரு குற்றத்தை என் மீது வனைந்துவிட்டார்கள். மருத்துவமனையிலிருந்து வீடு திரும்பியதும் எனக்குக் கிடைத்த கொஞ்சமான நேரத்தில் நடந்தவற்றை என் கணவரிடம் சொன்னேன். ‘நான் பார்த்துக்கொள்கிறேன், அவர்கள் சொன்னதை நான் நம்பவில்லை. நம் காதல் திருமணத்தை அவர்கள் விரும்பவில்லை; பிரிக்க நினைக்கிறார்கள். பத்து நாள் அவகாசம் கொடு. உன்னை என்னோடு சிங்கப்பூருக்கு அழைத்துப் போய்விடுகிறேன்” என்றார். நம்பினேன்.

அப்போதைக்கு என்னை என் பெற்றோர் வீட்டுக்கு அனுப்பினார். பிள்ளையைத் தன்னோடு வைத்துக்கொண்டார். அடுத்தவாரம் நடக்க இருந்த தம்பியின் திருமணத்திற்கு குடும்பத்தோடு வரச்சொன்னார். நாங்களும் சென்றோம். எந்தச் சந்தேகமும் என் மனதில் எழவேயில்லை. அதற்குப் பின்னர் நாலைந்து நாட்கள் என்னோடு தொலைபேசியில் பேசியவர் திடீரென்று தொடர்பைத் துண்டித்துக்கொண்டார்.

பதற்றம் அடைந்து அவர் வீட்டுக்குச் சென்று பார்த்தபோது என் மகனோடு நாட்டைவிட்டே வெளியேறிவிட்டிருந்தார். சட்டப்படிகூட என் குழந்தையை இந்தியாவுக்குத் திரும்ப அழைத்துவர முடியாமல் விக்கித்துப் போனேன். என் கையெழுத்தை மோசடி செய்து என் மகனுக்கு பாஸ்போர்ட் வாங்கி இந்த நாட்டை விட்டே ஓடிவிட்டவரின் மீது சட்டப்படி கூட எந்த நடவடிக்கையும் எடுக்க முடியாமல் நான் சுவரில் அடித்த பந்தாய் திரும்பி வந்தேன். எங்கள் திருமணத்தை ரத்து செய்து அவர் ஒருதலை பட்சமாக ஒரு தீர்ப்பு வாங்கியது தெரியவந்தபோது, இந்த எல்லா நாடகத்திலும் அவரும் அவர் அம்மாவோடும், தம்பியோடும் இருந்திருக்கிறார் என்று தெரிந்தது. அந்த துரோகத்தை விழுங்க முடியாமல் கதறினேன். அறம் பிறழ்ந்தவர்களை எதிர்த்து நீதிமன்றத்தில் எதை சாட்சியாக வைத்து வெற்றி பெறுவது?

ஓலமிட்டுக் கொண்டிருந்த என் உள் மனத்தில் கர்த்தரின் குரல் ஒலிக்கத் தொடங்கியது.

அந்த நிமிடத்தில்தான் என்னைக் கர்த்தரிடம் முழுவதுமாக ஒப்புவிக்க முடிவுசெய்தேன். கர்த்தரின் ஊழியத்திற்கு என்னை சமர்ப்பிக்க ஒரு குரல் என்னுள் ஒலித்துக்கொண்டே இருந்தது. என்னை கன்யாஸ்திரியாக கர்த்தரிடம் ஒப்படைக்க முடிவு செய்து இங்கு வந்துவிட்டேன்."

"கன்யாஸ்திரி ஆக நான் சொன்னது மிகப் பெரிய பொய்தான் ஃபாதர். அனால் அதில் யாருக்கும் துரோகம் இழைக்க வேண்டும் என்ற வஞ்சகம் என் மனத்தில் ஒரு துளியும் இல்லை. கர்த்தருக்கு ஊழியம் செய்வதற்காகக்கூட நான் கன்னி என்று பொய் சொல்லியிருக்கக்கூடாதுதான் ஃபாதர். நான் திருச்சபைக்குப் பெரிய தவறிழைத்துவிட்டேன். ஆனால் பதினெட்டு ஆண்டுகள் கழித்து வந்திருக்கும் என் மகனை என்னால் புறம்தள்ள முடியவில்லை ஃபாதர். என்னை மன்னித்துவிடுங்கள்; நான் போகவேண்டும். எனக்குப் பாவமன்னிப்பு வழங்கி என்னைப் போகவிடுங்கள்."

ஒரு நெடிய மௌனத்திற்குப் பின் ஃபாதர் ஆம்புரோஸ் பேசினார்.

"கர்த்தருக்கு ஊழியம் செய்வதிலிருந்து விலகுகிறாய் - அப்படித் தானே?"

"ஃபாதர் இன்று ஈஸ்டர் யேசு உயிர்த்தெழுந்த நாள். எனக்காக இந்த அன்னை மேரிக்காக வெளியில் காத்திருக்கும் என் மகனுக்காக நான் மீண்டும் உயிர்த்தெழ வேண்டியிருக்கிறது ஃபாதர். இப்போதும் இந்த சிஸ்டர் மேரி அன்னை மேரியாக குழந்தை ஏசுவுக்கு ஊழியம் செய்யவே போகிறேன் ஃபாதர். கர்த்தர் என்னை விட்டுவிலகுவதும் இல்லை; என்னை ஒருபோதும் கைவிடுவதும் இல்லை ஃபாதர் - ஆனால் என் பாவங்களை நீங்கள் மன்னியுங்கள்."

அன்னை மேரி குழந்தை ஏசுவோடு கொலுவிருக்கும் குன்றின் ஒரு பாறையில் அமர்ந்திருந்த தன் மகனை நோக்கி தீர்க்கமான விழிகளோடு மேரி நடக்கலானார்.

கலைமகள் - ஜூலை 2021

ரசனைக்காரி

"எக்கா டாக்டரக்கா தனம் செத்துட்ச்சுக்கா - மகராசி செத்துட்ச்சுக்கா; அது சாவலக்கா - அம்புட்டுபேரும் பேசிப் பேசியே அத சாவடிச்சுட்டாங்கக்கா" மாணிக்கம் அழுத அழுகை, கதறிய கதறல் அந்த அடுக்கு மாடிக் கட்டடத்தில் உள்ள அத்தனை பேரையும் வீட்டு வாசலுக்குக் கொண்டுவந்து விட்டது.

முக்கால் பேண்ட்டும் கழுத்து காலர் இல்லாத மஞ்சள் பனியனும், சுருட்டை முடியும், பச்சை குத்திய கைகளும், பளீர் பற்களும், டொக்கான கன்னங்களுடனும் நின்றுகொண்டிருந்த மாணிக்கம் சொன்னதை நம்ப முடியாமல் வசந்தி அதிர்ச்சி அடைந்தாள்.

"என்ன மாணிக்கம் ஆச்சு" என்று கேட்பதற்குள் முணுக்கென்று அவள் கண்களிலிருந்து கண்ணீர் வழிந்துவிட்டது.

கைகளால் கண்களைத் துடைத்துக்கொண்டே "எப்போ மாணிக்கம் - எங்க இருக்கா இப்ப அவ" என்று கேட்ட வசந்தியை "எம்மா - இன்னும் எங்க இருக்கா அவன்னு கேக்கறியே தாயே - பொணம் எங்க இருக்குன்னு கேட்காம?" என்று மாணிக்கம் கதறி அழவும் வசந்தியால் கண்ணீரை அடக்கவே முடியவில்லை.

“தன்சு” அவள் அப்படித்தான் தனத்தை செல்லமாய் அழைப்பாள். அந்தச் செல்லம் செத்துவிட்டது என்று எப்படி நம்புவது. “ஒரு நிமிஷம் இரு மாணிக்கம்” என்று சொல்லிவிட்டு உள்ளே சென்று புடைவை மாற்றிக்கொண்டு கையில் போதுமான பணத்தை எடுத்துக்கொண்டு “வா மாணிக்கம் போகலாம்” என்று அவனோடு அந்த அடுக்குமாடியின் கீழ்த் தளத்திற்கு வந்தாள்.

ஸ்கூட்டரை நகர்த்தியபடியே “எப்படி வந்த மாணிக்கம்?” என்றாள்.

“தாயி ஷேர் ஆட்டோல வந்தம்மா...” என்ற மாணிக்கத்திடம் ஒரு நிமிடம் கூட யோசிக்காமல் “சரிபின்னால ஏறிக்கோ” என்று அவள் சொன்னபோது மாணிக்கம் ஒரு நொடி யோசித்தான். “ஏய் யோசிக்கிற நேரமா இது - ஏறப்பா” என்று கறாராக வசந்தி சொல்லவும் அவள் வார்த்தைக்கு கட்டுப்பட்டவனாய் ஒற்றைப் பக்கமாகவே இரண்டு கால்களையும் போட்டபடி பக்கவாட்டில் ஏறி வசந்தியின் ஸ்கூட்டியில் உட்கார்ந்து கொண்டான்.

அடையாரிலிருந்து டுமீங் குப்பத்தை தாண்டி லைட் ஹவுஸை ஒட்டியிருந்த ஹவுசிங் போர்டு குடியிருப்பினை நோக்கி வண்டியை ஓடித்தாள். வரிசையாக இருந்த மீன் கடைகளைத்தாண்டி வலது பக்கம் இருந்த ஒரு குடியிருப்பின் வாசலில் வண்டியை நிறுத்தினாள்.

மாணிக்கத்தையும், வசந்தியையும் அந்த வரிசையில் இருந்த அத்தனை பேரும் விநோதமாகப் பார்த்தனர். வசந்திக்கு மனத்தில் இவை எதுவும் பெரிதாகப்படவில்லை. மாணிக்கத்தோடு அந்தக் குறுகிய பாதையில் நடந்தாள். கடைசி பிளாக்கின் முன்னால் ஒரு பெஞ்ச்சில் தனம் படுத்திருந்தாள்.

சலனமேயில்லாத அவள் முகத்தில் ஒரு மாறாத புன்னகை அப்போதும் இருந்தது. வழக்கம் போலத் தலையை எண்ணெய் வைத்து அழுந்த சீவி, பின்னி, சிறிய கொண்டை போட்டிருந்தாள். பெரிய கறுப்பு நிறப் பொட்டும் கரும்பச்சை கலர் புடைவையும்

உடுத்தியிருந்தாள். சுற்றி உள்ள ஜனம் வருவதும் போவதுமாக இருந்ததே தவிர யாரும் பொறுப்பெடுத்து எதுவும் செய்வதாகத் தெரியவில்லை. வசந்தி வந்ததைப் பார்த்தது தனத்தின் மாமியார் வெறுப்பும் அலட்சியமும் கலந்த ஒரு பார்வையை வீசினாள்.

"மாணிக்கம் - இவ பசங்க ரெண்டு பேரும் எங்க?"

"ராஜா குமார்... மாணிக்கம் பலமாகக் கூப்பிட்டான். மாணிக்கத்தின் குரலைக்கேட்டு இருவரும் வந்து "என்னா?" என்று அதிகாரமும் கடுப்புமாகக் கேட்டனர்.

விடலை என்றால் கண்டிக்கலாம். இருபதும், பதினெட்டுமாய் திமுதிமுவென்று வளர்ந்து நிற்கும் பிள்ளைகளை என்னவாய் நடத்துவது? மாணிக்கம், வசந்தியைப் பரிதாபமாகப் பார்த்தான். தனத்தின் தூரத்து சொந்தம் மாணிக்கம். இப்போது அவளிடம் பேச்சுவார்த்தையில் இருந்த ஒரே ஜீவன் அவன்தான். பெயிண்டர் வேலை பார்த்து வந்தான். தனத்துக்கு ஏதாவது ஆறுதலாகப் பேசுவான். எப்போதாவது ஏதாவது சாப்பிட வாங்கித் தருவான்.

நிலைமையைப் புரிந்துகொண்ட வசந்தி, ராஜாவையும் குமாரையும் மிக நிதானமாக; சன்னமான ஆனால் உறுதிமாறாத குரலில் அழைத்தாள்.

முக்கால் ட்ராயரும் பனியனும் அணிந்து தலைமுடியை மேலே மட்டும் அரைவட்டம்போல வெட்டிக்கொண்டு படு ஸ்டைலாக இருக்கிறோம் என்ற நினைப்போடு "என்ன?" என்பதாய் வசந்தியைப் பார்த்தார்கள் இருவரும்.

"இப்போ என்ன செய்யலாம் சொல்லுங்க?" என்ற வசந்தியை, "எங்கள இன்னாத்துக்குக் கேக்கற? - அதுக்கும் எங்களுக்கும் எந்தச் சம்பந்தமும் இல்லை..." குமார் சொல்லவும், "டேய் சொம்மா ஏண்டா பேசிக்கிட்டு - விடு" என்றான் ராஜா.

வசந்தியால் ஜீரணிக்கவே முடியவில்லை. இவ்வளவு வெறுப்பு... ஏற்படும் அளவுக்கு அப்படி என்ன தவறு செய்துவிட்டாள் தன்சு? வெயில் ஏறிக்கொண்டிருந்தது. இனி பேசுவதால் எதுவும்

நடக்கப்போவதில்லை. அந்தப் பகுதிக்கென ஒரு தலைவர் இருக்கத்தான் செய்வார். அவரிடம் பேசி மேற்கொண்டு ஆகவேண்டியதைப் பார்க்கவேண்டியதுதான் என்று முடிவு எடுத்தாள் வசந்தி. "மாணிக்கம் - இந்தப் பகுதி தலைவர் யாரப்பா?"

கணேசன் வீடு பக்கத்து ப்ளாக்கில் இருந்தது. அவரை வசந்திக்கு அறிமுகம் செய்தான் மாணிக்கம். வீட்டில் இருந்த ப்ளாஸ்டிக் ஸ்டூலில் வசந்தியை அமரச் சொன்னான் கணேசன்.

"இருக்கட்டும்ங்க."

"நீங்க சொல்லுங்க - இப்போ என்ன செய்யலாம்?"

"மாரியம்மா பயங்கர பஜாரி - யார் தலையிட்டாலும் அசிங்கசிங்கமா பேசிப்புடும் -அதுக்கு பயந்துக்கினுதான் யாரும் பொணத்தை எடுக்க வர மாட்டேங்கறாங்க. தனத்தோட பசங்க நல்ல புள்ளைங்க; அதுங்க மனசையே மாத்திவச்சிருக்கு அந்தம்மா.

"என்னா வேணா இருக்கட்டுங்க; நீங்க இந்தப் பகுதி தலைவரு. இறந்துபோன அந்த அம்மாவுக்கு ஒரு நியாயம் செய்யவேணாமா? ஒரு நல்லடக்கத்துக்கூட இவ்ளோ யோசிக்கிறது நியாயமில்லைங்க."

"நீ முன்னெடுத்துச் செய்வியாம்மா?" கணேசன் பலமாகக் கேட்டான்.

"என்னா செய்யணும்?"

"சாவெடுக்கறதுன்னா எல்லாம்தான் செய்யணும்."

"உங்க விஷயங்கள் எனக்கு எதுவும் தெரியாதப்பா. நீ ஏற்பாடு செய் - நான் செலவை பார்த்துக்கிறேன்."

"கணேசன் உள்ளே இருந்த மீனாவை அழைத்தான் - ஏய் மீனா இன்னா சொல்ற நீ; அப்புறம் அந்த மாரியம்மாகூட சேர்ந்துகினு தலையவிரிச்சிக்கினு ஆடக்கூடாது - தனம் சாவெடுக்க ஏற்பாடு செய்யவா?"

“அந்தம்மா கடைசி வரைக்கும் நிக்குமான்னு கேளு கிளப்பிவிட்டுட்டு போய்டப்போவுது” என்றாள் மீனா. வசந்தி மீனாவை பார்த்தாள்.

“அப்படி ஓடிடமாட்டேம்மா” என்றாள்.

“சரி சரி ஏற்பாடு செய்” என்றாள் மீனா. அடுத்த ஒண்ணரை மணி நேரத்திற்குள் எல்லா ஏற்பாடுகளும் ஒவ்வொன்றாக நடந்துகொண்டிருந்தன. மணி பன்னிரண்டைக் கடந்திருந்தது.

“மாணிக்கம் – இன்னும் ஒரு முறை ராஜாவையும் குமாரையும் கூப்பிடு” என்றாள் வசந்தி.

மாணிக்கம் போனவேகத்தில் திரும்பினான். குமாரும் ராஜாவும் வீட்டுக்குள் இருப்பதாகவும் வர முடியாது என்று சொல்லிவிட்டதாகவும் சொன்னான். சரி வா நாம அங்க போவோம் என்று மாணிக்கத்தை வசந்தி அழைத்தபோது மாணிக்கம் மறுத்தான்.

“வேண்டாம்மா – மாரியம்மாள பத்தி உனக்குத் தெரியாது. அவ வாய்ல விழுந்து எழுந்துக்காதே” என்றான் .

“இதப்பாரு மாணிக்கம் நான் பயந்தாங்கொள்ளி கிடையாது. ஒரு தடவை கடைசியா கேட்போம் முடியாதுன்னு சொன்னா பார்த்துக்கலாம்” என்றாள். வசந்தி சரசரவென்று தனம் வீட்டுக்குள் நுழைந்தாள்.

“ஏய் இரண்டு பேர்ல யாராவது ஒருத்தர் கொள்ளிபோட வருவீங்களா மாட்டிங்களாப்பா?”

“போடி – பெரிய பருப்பா நீ? நாயம் பேச வந்துட்ட” என்று குமார் கத்த, மாரியம்மாள் குறுக்கே புகுந்து, “அந்தத் தேவிடியாளுக்கு நீ ஏண்டி வக்காலத்து வாங்குற?” என்று ஏசத் தொடங்கினாள்.

அதற்குப் பிறகு அவள் பேசியதைக் கேட்டு, கூட வந்த மாணிக்கம் தெறித்து ஓடினான். வசந்தி ஒரு சிறு பதட்டமும் காட்டவில்லை. “சரி– அப்ப நாங்க பார்த்துக்கறோம்” என்று மட்டும் சொல்லிவிட்டு வெளியே வந்தாள்.

தன்சுக்கு செய்யவேண்டிய சடங்குகளை எல்லாம் கேட்டுக் கொண்டாள். தானே ஒவ்வொன்றாக செய்தாள். பிணத்தை எடுக்கலாமா என்று கணேசன் கேட்ட போது சுற்றியிருந்த கூட்டத்தை ஒரு முறை பார்த்தாள் வசந்தி. கூட்டத்துக்குள் ஒருவனாய் நின்றிருந்த முத்துவை வசந்தியின் பார்வை துளைத்தது. அந்தக் கூட்டத்திலிருந்து விலகி மெல்ல அவன் வெளி யேறினான். வேறு எதுவும் அவன் செய்து விடுவான் என்று வசந்தி நம்பவில்லையென்றாலும், ஒருத்தியின் மரணம் அந்த கடைசி நேரத்திலாவது ஒருவன் மனதை உருக்கிவிடாதா என்ற அற்ப எதிர்பார்ப்பிலிருந்தும் ஆசையிலிருந்தும் அவளால் மீள முடியாமல்தான் போய்விட்டது.

“தன்சு” இப்போதும் சிரித்த மாதிரியேதான் இருந்தாள். “ஏய் தூக்குங்கப்பா” என்று சொன்ன போது வசந்திக்கு சுள்ளென்று வலித்தது. அந்தச் சிறிய மாருதி ஆம்னி அமரர் ஊர்தியில் தன்சை ஏற்றினார்கள்.

“எம்மா நீயும் அதுலயே வா” என்றான் கணேசன். வசந்தி அந்த வண்டியில் ஏறிக்கொண்டாள். எதிர்ப் பக்கத்தில் தீச்சட்டி வைக்கப்பட்டிருந்தது.

மாணிக்கம் வண்டியில் தன்சுவின் கால்மாட்டில் குந்திய படி கண்ணீர் சிந்திக்கொண்டிருந்தான்.

வண்டி நகரத் தொடங்கியது. வெடிபோட்டு பறை அடித்தார்கள். வசந்தி பறைவாசித்த தம்பியை அழைத்தாள். தம்பி தன்சுக்கு எம்.ஜி.ஆர் சிவாஜின்னா ரொம்பப் புடிக்கும். அவங்க பாட்டா வாசிங்கப்பா என்றாள்.

“ஐய - அவ்ளோ வாசிக்கல்லாம் இந்த ஆளுங்களுக்கு வராது. சொம்மா குன்சா வாசிக்கறோம் என்றார்கள்.”

வண்டி நகர நகர வசந்திக்கு துக்கம் பொங்கியது.

தன்சு அழகி - கறுப்பி - பளீர் பல்வரிசைக்காரி. சுத்தமாக வீட்டு வேலை செய்வாள். ஒயிலான நடை. ஒடிசலான ஆள் அழகாக உடுத்துவாள். பெரிய கறுப்புப் பொட்டு, அதற்கு

மேல் விபூதி. எப்போதும் எண்ணெய் வைத்து சீவிய தலை. பின்னி சுருட்டிய சின்னக் கொண்டை.

வீட்டு வேலைக்கு நடுவில் எம்மாடி அந்த டிவில பழைய பாட்டுப் போடேன் தெய்வமே என்பாள். தேய்த்துக்கொண்டிருக்கும் பாத்திரங்களுக்கு இடையில் அவளுக்குப் பிடித்த பாட்டு வந்துவிட்டால் ஓடிவந்து டிவி முன்னால் நின்றுகொண்டு இடுப்பில் கைவைத்தபடி பற்கள் தெரிய ரசனையோடு பார்ப்பாள்.

“ஏய் - காலங்கார்த்தால வேலையை விட்டுவிட்டு என்ன பண்ற” என்றால், “சிவாஜி சூப்பரா இருக்காருல்ல” என்று நெட்டி முறித்து டிவி ஸ்க்ரீனில் இருக்கும் சிவாஜிக்கு ஒரு முத்தத்தைப் பறக்கவிடுவாள்.

“ஏய் - தன்சு - நீ எம்.ஜி.ஆர் ரசிகைன்னு சொன்ன? இப்ப என்ன சிவாஜிக்கு முத்தத்தைப் பறக்க விடற?” “ஐய - நீயும் இந்த கும்பலோட கோயிந்தா கோஸ்டியா? -யாரு சொன்னாங்க உனக்கு? சிவாஜிய புட்சா எம்ஜிஆர புடிக்கக்கூடாதுன்னு? எனக்கு ரெண்டு பேருமேலையும் உசுரு. அவள் பேசப்பேச அடுத்து எம்ஜிஆர் பாட்டு வர தோபாரு தலைவரு - ஐயோ ஐயோ- இப்படிப் போட்டு நம்மள சாவடிக்கிறாங்க ரெண்டுபேரும்” என்று சிணுங்கியவாறே புலம்புவாள். அந்த நேரத்தில் அவள் கண்கள் கலப்படமில்லாத காதலால் மின்னும்.

தன்சு மகா ரசனைக்காரி. மாலை வேளைகளில் மூங்கில் தட்டில் பூக்களை எடுத்துக்கொண்டு தலையில் சுமந்தபடி பூ வியாபாரம் செய்வாள். ஒரு நாள் வாசற் கதவை திறந்துவைத்தபடி வசந்தி டீ குடித்துக்கொண்டிருந்தபோது “ஐய- இன்னிக்கு எங்கிட்ட பூ வாங்கிக்கயேன்” என்று வீட்டுக்குள் நுழைந்து கால்மாட்டில் குந்தி உட்கார்ந்துகொண்டாள் தனம் டீ சாப்பிடு என்றபோது அது இருக்கட்டும் பூவாங்கு” என்றாள். “சரி ஒரு இரண்டு முழம் குடு” என்று வாங்கிக்கொண்டு அவள் கையில் ஒரு டம்ளர் டீயைக் கொடுத்தபோது “ஜாதி சூப்பர் வாசனையில்ல?” என்று அதன் வாசத்தை நெஞ்சிலிருந்து புகழ்ந்தாள். “அதுசரி - நீயே பூக்காரி; ஏன் தலைல இவ்ளோ சின்னதா பூ வச்சிருக்க? -

நல்லாதான் கொஞ்ச வச்சுக்கோயேன் தன்சு" என்றபோது, -

"ஐயே - எங்க மாமியார்க்காரி கண்ணுல படறதுக்கு முன்னாடி இதைத் தூக்கிப் போட்டுட்டு வீட்டுக்குள்ள நுழையணும்; இல்லாங்காட்டி அவ்ளோதான். ஏண்டி என் புள்ளைய முழுங்கிட்டு பூ வச்சிக்கினு ஆடறியான்னு எட்டூருக்குக் கேக்குற மாதிரி கத்தும்" என்றாள். சொல்லும்போதே அவள் கண்கள் தளும்பியது.

தன்சு துரையைக் காதலித்து கல்யாணம் செய்தவள். இவளைத்தான் கட்டுவேன் என்று துரை சொன்ன நிமிடத்திலிருந்து மாரியம்மாளுக்கு தனம் எதிரியானாள். தனத்துக்கு பதினேழு வயதில் கல்யாணம். இருபது வயதுக்குள் இரண்டு பிள்ளைகள். இருபத்திரண்டு வயதில் துரை கட்டிட வேலை செய்துகொண்டு இருந்தபோது தவறிக் கீழே விழுந்து இறந்துவிட்டான். அதற்குப்பிறகு அவன் பெயரில் இருந்த ஹவுசிங் போர்ட்டு வீட்டில் இரண்டு பிள்ளைகளோடும் மாரியம்மாளோடும் வாழ்க்கையை ஓட்டினாள்- உலர்ந்து போய்விட்ட தன் காதல் வாழ்க்கைக்கு நடுவில் தன் ரசனைகள் கொஞ்சமும் வற்றாமல் பார்த்துக்கொண்டாள். கடும் உழைப்பாளியாக வாழ்ந்தாள். வீட்டுவேலை, பூ வியாபாரம் எல்லாம் செய்து இரண்டு பிள்ளைகளையும் சாந்தோமில் இருந்த ஒரு நல்ல பள்ளிக்கூடத்தில் சம்பளம் கட்டிப் படிக்க வைத்தாள். தனத்தை வசந்திக்கு ஏனோ ரொம்பப் பிடித்தது.

வசந்தி கொடுத்த டீயை தனம் குடித்துவிட்டு இரண்டு தோள்பட்டைகளையும் தனக்குத்தானே அழுத்திக்கொண்டாள். கைகளைத் தூக்கி தலைமேல் தட்டைப்பிடித்து சுமப்பதால் ஏற்பட்ட தோள் வலி போலும். வசந்தி அப்படியே எட்டி அவள் தோளைப் பிடித்து சட்டென்று நாலு முறை அழுத்தி விட்டபோது அதைச் சற்றும் எதிர்பாராத தன்சு—

"யம்மா கருமாரியம்மா எனக்கும் வலிக்கும்னு எங்கம்மாவுக்கு அப்புறம் நெனச்ச ஒரே உசிரு நீதாம்மா" என்று காலில் விழுந்து கதறினாள்.

“சீ லூசு எழுந்திரு; போய் மூஞ்ச கழுவிக்கோ; வியாபாரத்த பாரு - நீ ஒரு பைத்தியம்” என்று ஏதேதோ சொல்லி அவளை சமாதானப்படுத்த வசந்திக்கு வெகு நேரம் ஆயிற்று. அந்த நிகழ்விற்குப்பின் வசந்தியிடம் தன்சு காட்டிய பிரியமும் மரியாதையும் வேறு ரகம்தான். வசந்தி ஒற்றை மனுஷி. தனியாக வீடெடுத்து பிரபல மருத்துவமனையில் டாக்டராக வேலையில் இருந்தாள். உன்னைப்பத்திச் சொல்லேன் டாக்டரம்மா - ஏதோ ஆஸ்பத்திரிக்குப் போய் வந்துகினு இருக்க. உங்க குடும்பத்துல ஒருத்தரும் இங்க வரதில்ல. இன்னா மேட்டரு?”

“ஏய் - உனக்கு வாய்க்கு அவல் வேண்டியிருக்கு போலே?”

“ஐய டாக்டரம்மா இந்த தனம் அப்படியாப்பட்ட ஆள் கிடையாது. ஏதோ இவ்ளோ பாசக்காரியா இருக்கியே; நம்மளமாதிரியே தனியாளா கெடக்கிறியேன்னு கேட்டேன்; மன்னிச்சுக்க என்றாள். “சரி விடு” என்று வசந்தி அந்தப் பேச்சை முடித்தாள். டாக்டரம்மா பசிக்குது. உன்கையால கொஞ்சம் உப்புமா செஞ்சுகுடேன் என்று கேட்டபடி தன்சும் இயல்பானாள்.

ஒரு முறை தன்சுவை ஒரு ஆட்டோ ட்ரைவருடன் பக்கத்தில் காலியாக இருக்கும் வீட்டின் மாடிப்படியில் பார்த்தபோது, அந்த நெருக்கம் வசந்திக்கு எதோ ஒரு பிரச்சனை வரப்போகிறது என்று உள்ளுக்குள் உறுத்தியது. மறுநாள் வேலைக்கு வந்த தன்சுவிடம், “ஏய் யாரு அந்த ஆட்டோ” என்றபோது தன்சு முழித்தாள். “எந்த ஆட்டோ” என்று நடித்தாள்.

“இதப்பாரு தன்சு -புள்ளைங்க வளர்ந்துட்டாங்க - ஏதாவது ஆள நம்பி அசிங்கப்படாத.”

“ஐய - நீ நினைக்கிற மாதிரி எல்லாம் இல்லம்மா.”

“நான் ஒண்ணும் நினைக்கல தன்சு- தனிமையாக இருக்கும்போது யாராவது ஆதரவா ஒரு வார்த்தை பேசினா ஐயோன்னு உசிருவரைக்கும் அது போய் தைக்கும். பேசுறவங்கள நம்ப சொல்லும்; ஏமாத்த மாட்டாங்கன்னு நம்ம மனசே நமக்கு சால்ஜாப்பு சொல்லும்; நான் வாழக்கூடாதான்னு உன்

மனசு கிடந்து அடிச்சுக்குது; அது எனக்குப் புரியுது. அதுல இருக்க நியாயம் எனக்கு நல்லாவே தெரியுது. இருபது வருஷத் தனிமை ஒரு சவத்தை மண்ணுதிங்கறமாதிரி உன்னைக் கொஞ்சம் கொஞ்சமா தின்னுருக்கு; நீ சொல்லாமலேயே புரியுது. ஆனா அந்த ஆட்டோக்காரன் கல்யாணம் ஆனவன் போலத் தெரியுது. ஆத்துல ஒரு கை அள்ளிக் குடிக்கிறாப்பல உன்னை தூண்டிவிட்டுட்டு அவன் ஆசை தீர்த்தபிறகு கழட்டிவிட்டுடுவான். நீ அவமானப்பட்டுக்கிடந்து தவிச்சு நிக்கணும். சொல்லணும்னு தோணிச்சு - சொல்லிட்டேன்.

இருபத்தி இரண்டு வயசுல இருந்து தனிமையில் கிடந்து தவிச்சு யாரிடமும் கொட்டித்தீர்க்கமுடியாத காதலையும் நியாயமான உணர்ச்சிகளையும் கொட்ட ஒருவன் கிடைக்கும்போது இந்தம்மா உள்ளார பூந்து ஆட்டைய கலைக்குதேன்னு நினைக்காத தன்சு.

உன் மாமியா உன்னைய விரட்டிட்டு பசங்களோட உன் ஹவுசிங் போர்டு வீட்டை எடுத்துக்க இத்தினி வருஷமா எத்தனை பிரச்னை பண்ணுதுன்னு நீதான் சொல்லியிருக்க. இந்த விஷயம் பெரிசாச்சுன்னா இதையே காரணம் காட்டி உன்னை வீட்டை விட்டு விரட்டிடும். உன் புள்ளைங்களயும் உனக்கு எதிரா திருப்பி விட்டுடும். பசங்க இருக்காங்களே அது பொண்ணோ, பையனோ - அது யாராக இருந்தாலும், அப்பா இரண்டாம் கல்யாணம் கட்டிக்கிட்டா ஒத்துக்கும்; தங்களோட அப்பன் ஒரு பொம்பளையோட சேர்ந்துட்டு திரும்பி வந்தா ஏத்துக்கும். ஆனா அம்மாவை அப்படிப் பார்க்காதுங்க. உன் புள்ளைங்களுக்கு இப்போ பதினெட்டு, இருபது வயசு இருக்கும் இல்ல? அவனுங்களுக்கும் காதல் கத்திரிக்கா எல்லாம் தெரியும். ஆனா ஐயோ! நம்ம ஆத்தா இருபத்திரண்டு வயசுலேர்ந்து தனியா கிடந்து அல்லாடிட்டாளேன்னு நினைப்பானுங்க? - ஒரு நாளும் நினைக்காதுங்க. பொம்பளைங்க நிலமை இதுதான். சத்தம்போட்டுப் பேசினா கேவலமாபோய்விடும். உன்னை புரியுது, ஆனா பார்த்துக்க தன்சு.”

இனி முடியாது; இந்தத் தனிமை இனி முடியவேமுடியாது

என்று முடிவெடுத்துவிட்டவர்களை எந்த எச்சரிக்கைகளும் ஒன்றும் செய்துவிடுவதில்லை.

தன்சு முத்துவிடம் முழுமையாக தன்னைக் கொடுத்தாள். தன்னை அவன் விட்டு விலகவேமாட்டான் என்று நம்பினாள். விஷயம் தெரிந்து முத்துவின் மனைவி கனகா காவல் நிலையத்தில் புகார் கொடுக்க விசாரணைக்கு அழைத்துச் செல்லப்பட்ட தன்சு அசிங்கப்பட்டாள். காவல் நிலையத்தில் அடிவாங்கினாள். பெண் போலீஸ் கெட்ட வார்த்தையால் திட்டியது. அரசியல் பின்புலம் இருந்த கனகா பகுதிச்செயலாளர் உதவியோடு முத்துவை தன் பக்கம் திருப்பிக் கொண்டாள். “பொம்பளகிட்ட போனியா வந்தியான்னு இருக்கணும்; வீட்டாண்டை அவளுங்கள இட்டுக்கினு வரலாம்னு நெனச்சா அவ்வளவுதான் என்று எச்சரித்தாள்” முத்து ஒன்றும் தனத்தைக் காதலிக்கவில்லையே. அவன் வாழ்க்கையில் அப்போதைக்கு அவள் ஒரு பக்கத்தில் இருந்தாள். அவளை விடுவது அவனுக்கு ஒன்றும் பிரச்சனையாகவே இல்லை.

தனம்தான் அசிங்கப்பட்டாள். எதிர்பார்த்தபடியே காவல் நிலையத்திலிருந்து திரும்பியபோது மாமியார் வீட்டுக்குள் வராதே என்று விரட்டினாள். அம்மா தன் அப்பாவுக்கு துரோகம் செய்துவிட்டாள் என்று ராஜாவும், குமாரும் தனத்தை வெறுத்தார்கள். தாங்கள் இப்போது இளமையில் சுமக்கும் அதே காதல் உணர்வுகளைத் தங்கள் அம்மா இருபது வருடங்களாக கணவனை இழந்து விட்டு, தனக்குள்ளேயே சுமந்து கொண்டு, தன்னை தினம்தினம் தீய்த்துக்கொண்டு வாழ்ந்திருக்கிறாளே என்று அவர்களுக்குத் தோன்றவே இல்லை. “இன்னா இப்போ இந்த வயசுல என்றுதான் அவர்களால் நினைக்க முடிந்தது.”

“ஒரு பொம்பளைக்கு அவ்ளோ என்ன?” சீ நீயெல்லாம் என் அம்மான்னு சொல்லிக்கவே அசிங்கமா இருக்கு. இனி செத்தாலும் எங்க கையால உனக்கு சாவெடுக்க மாட்டோம்” என்று வீறாப்பு பேசினார்கள். தன்சு காவல் நிலையத்திலிருந்து வந்து அழுதபோது வசந்திக்கு அவள் மீது சொல்லமுடியாத இரக்கம் ஏற்பட்டது. “நீ சொன்னமேரியே நடந்துட்சே...” என்று குரலெடுத்து அழுதாள்.

"சரி விடு தன்சு."

"எம்மா பீச்சு மண்லதாம்மா இருக்கேன். இந்தப் பாவிகூட சேர்ந்து புத்தியில்லாம குடிக்கக் கத்துக்கிட்டேன். விட முடியலை என்று அழுதாள்.

தன்சுவால் தன் நியாயமான உணர்வுகள் முத்து என்ற ஒருவனால் தந்திரமாக பயன்படுத்தப்பட்டுவிட்டதை ஏற்றுக் கொள்ளவும் முடியவில்லை, அந்த நினைவுகளிலிருந்து விடுபடவும் முடியவில்லை; அவள் இப்போது யார் சொல்லியும் கேட்கும் மனநிலையில் இல்லை. குடியால் வீட்டு வேலையை இழந்தாள். சொற்பமாய் வந்த பூ விற்ற காசில் குடித்தாள். அது போதவில்லை. வேறு வழியில்லாமல் இரவில் பீச்சில் படுத்துறங்கும் பெண் எல்லோராலும் சூறையாடப்பட்டாள். முத்து தனக்கு ஏற்படுத்திவிட்ட காயத்திற்குப் பின், வேறு யாரும் ஏற்படுத்திய காயமோ அவமானமோ பெரிதாக அவளுக்குத் தோன்றவில்லை. இதோ குடித்துக்குடித்து கேட்பாரற்று அந்த குடிக்கே தன் உயிரையும் கொடுத்துவிட்டாள்.

"யம்மா - டாக்டரம்மா வேலைக்குச் சேத்துக்கம்மா - உன் வீட்டு வேலையை முடிச்சப்புறமா குடிச்சுக்கறேன்" என்று தன் வீட்டு கார் பார்க்கிங்கில் நின்று தனம் தன்னை ஒரு நாள் வழி மறித்தது இப்போது வசந்திக்கு ஞாபகம் வந்தது. குடியில் இருந்து அவளை விடுவிடுக்க தான் எடுத்துக் கொண்ட எல்லா முயற்சிக்கும் தனம் ஒத்துழைப்பு தராதது வசந்திக்கு ஏமாற்றத்தையும் வருத்தத்தையும் தந்தது. ஆனால் ஏனோ அப்போதும் அவளை வெறுக்கவே முடியவில்லை. தன்னை பார்த்துப் பேசிய தனத்தைக் கண்டுகொள்ளாமல் அவளோடு பேசாமல் தான் நகர்ந்தபோது "பார்த்த ஞாபகம் இல்லையோ" என்று பாடிய தன்சுவின் அழகிய முகம் இப்போதும் நினைவுக்கு வந்தது.

அந்த ரசனைக்காரியை நினைத்து வீட்டுக்குள் போகும் வரை கோபமாக இருப்பது போல் நடித்துவிட்டு, வீட்டுக்கு உள்ளே போய் கதவைத் தாளிட்டுக்கொண்டு விழுந்து விழுந்து சிரித்தது நினைவடுக்கில் மேலெழும்பியது. அந்த நினைவினூடே

வண்டியில் படுத்துக்கிடந்த தன்சுவை கண்ணீரோடு பார்த்தாள் வசந்தி. மயானத்திற்குள் வண்டி நுழைந்தது. வண்டியிலிருந்து இறக்கிய உடலை தட்டில் வைப்பதுபோல ஒரு இரும்புப் பலகையில் கிடத்தினார்கள்.

ஏய் தன்சு போய்வாடி நீ குற்றவாளியில்லை - ஒழுக்கமில்லாதவளில்லை; பாவம் நீ ரசனைக்காரி. உன்னை ரசிக்கத்தெரியாத இவர்களைவிட்டுப் போடி. நிம்மதியா போய்வா என்று சொல்லிக்கொண்டே அவள் நெஞ்சில் கற்பூரத்தை ஏற்றிக் கைகூப்பி அவளை வழியனுப்பினாள்.

தளர்ந்து திரும்பி நடந்தபோது, “பார்த்த ஞாபகம் இல்லையோ என்று தன்சு பாடுவது கேட்டது.”

மின் மயானம் அந்த ரசனைக்காரியை ருசித்துத் தின்றது.

கலைமகள் - ஆகஸ்ட் 2021

ஏகலைவம்

லலிதாம்மா கட்டிலில் சாய்ந்தவாறு அமர்ந்திருந்தார். வயது காரணமாக ஒரு சிறு தளர்ச்சி தெரிந்ததே தவிர இன்னும் அதே மிடுக்கோடும், புன்னகையோடும்தான் இருந்தார். ஆனால் உதட்டில் புன்னகையும், கண்களில் சோகம் கலந்த ஒரு வெறுமையும் எப்படி ஒரே நேரத்தில் ஏற்படமுடியும்? ரஞ்சனி, லலிதாம்மாவை நேருக்கு நேர் பார்த்தாள். மனதுக்கு பாரமாக இருந்தது. லலிதாம்மாவின் வீட்டுக்குள் நுழைந்து அவர் எதிரில் அமர்ந்த இந்த ஐந்து நிமிடங்களும் இப்படி ஒரு கனத்த மௌனமாகவே கடந்து போய்க்கொண்டிருந்தது.

“எப்படி இருக்கீங்கம்மா” என்று சன்னமாக மௌனத்தைக் கலைத்தாள் ரஞ்சனி.

“நல்லாத்தாம்மா இருக்கேன். வயசுக்கேத்த தளர்ச்சி; மற்றபடி ஒரு பிரச்சனையும் இல்ல.”

கேள்வியும் பதிலுமாக அந்தப் பேச்சு இருவருக்குமிடையில் இருந்த மனத்தடைகளை உடைத்து மேலும் பேசுவதற்கான மனச்சாளரங்களைத் திறந்து வைத்தது.

லலிதாம்மா செருமிக்கொண்டே பக்கத்திலிருந்த எவர்சில்வர்

ஃப்ளாஸ்கில் இருந்து சுடுதண்ணீரை தம்ளரில் ஊற்ற எத்தனித்தார். ரஞ்சனி இருங்க என்பதாக அவரைக் கையமர்த்தி தண்ணீரை ஊற்றி அது பொறுக்கும் சூட்டில் இருக்கிறதா என்று உறுதி செய்துகொண்டு லலிதாம்மாவின் கையில் கொடுத்தாள்.

லலிதாம்மாவின் கண்களில் ஈரம் படர்ந்தது. அதே அக்கறை மாறாத ரஞ்சனி என்று மனதுக்குள் நினைத்துக் கொண்டார்.

“நான் ஒண்ணு கேட்டா செய்வியா ரஞ்சனி?”

“என்ன என்பதாக புருவத்தை நெளித்து கட்டைவிரலை மேலுயர்த்தி பாவனையாய்க் கேட்டாள் ரஞ்சனி.”

“எனக்காக ஒரு முறை ஒரே ஒருமுறை பாடுவியா?”

ரஞ்சனி இப்போது வெறுமையாய் லலிதாம்மாவைப் பார்த்தாள்.

“பாட்டை நிறுத்தி எத்தெத்தனையோ வருஷம் ஆகிவிட்டது. இப்போது கூப்பிட்டு பாடச்சொல்றாளேன்னு நினைக்கிறயா? என்ற லலிதாம்மாவின் கேள்விக்கு இல்லையென்பதாய் ரஞ்சனி தலையசைத்தாள்.

“பாடினா, பாட வருமான்னே தெரியலயேம்மா என்று வார்த்தைகளைக் கோர்த்துச்சொல்லும்போது அத்தனை நிதானத்தைக் கடந்தும் விண் என்ற ஒரு வலியின் ஒலி ரஞ்சனியின் குரலில் தெறித்தது. அந்த ஒலி ஒரு வஞ்சனையின், துரோகத்தின், ஏமாற்றத்தின் வலியின் கூட்டலாக லலிதாம்மாவின் காதுகளுக்குள் ஒலித்தது.

“உன்னை வற்புறுத்த மாட்டேன் ரஞ்சனி” என்று லலிதாம்மா உடைந்த குரலில் பேசியபோது, ரஞ்சனி அப்படியில்லை என்பதாகத் தலையசைத்தாள்.

“சுருதிப் பெட்டி எங்கம்மா இருக்கு?”

“அத பயன்படுத்தி ரொம்ப நாளாச்சு; அந்தத் தம்பூராவை எடுத்துண்டு வாயேன்” என்றார் லலிதாம்மா.

வீட்டுக்குள் நுழைந்ததும் இடதுகைப் பக்கமிருக்கும் இரண்டாவது அறைதான் பாட்டு வகுப்புகள் நடக்கும் இடம். ரஞ்சனி அந்த

அறைக்குள் சென்றாள். வழக்கமாய் வகுப்பு நடக்கும்போது தரையில் அவள் உட்காரும் இடத்தைத் தொட்டுப் பார்த்தாள். அந்த இடத்தில் அவள் முதன் முதலாக வந்து உட்கார்ந்த போது அவள் ஐந்தாம் வகுப்பு. தலையை அசைத்துப் பாடினால் குரலில் கமகம் வரும் என்று வெள்ளந்தியாய் நினைத்த வயது. ரஞ்சனி எந்த சங்கீதப் பின்னணியில் இருந்தும் வந்துவிடவில்லை. அவள் அம்மா கீதா ஒரு தனியார் கம்பெனியில் உதவியாளராக வேலை பார்த்தார். அப்பா சேகர் ஒரு பிரபல கார் கம்பெனியில் மேனேஜராக இருந்தார். ரஞ்சனி அவர்களுக்கு ஒரே மகள். இருவருக்கும் சங்கீதத்தின் மேல் உயிர். ரஞ்சனிக்கு மூன்றாம் வகுப்பு முதல் சங்கீதம் சொல்லிக்கொடுக்க வகுப்பில் சேர்த்தார்கள். சங்கீத உலகத்தில் ஒரு சரியான குருவை கண்டுபிடிப்பது அத்தனை எளிதல்ல. அதுவும் சங்கீதப் பின்னணி எதுவும் இல்லாதவர்கள் தங்கள் பிள்ளைகளை சரியான இடத்தில்தான் சேர்த்திருக்கிறோமா என்று கூடத்தெரியாமல் அகதிகளைப் போலத்தான் அங்கு கிடக்கவேண்டும். ரஞ்சனி முதல் இரண்டு வருடங்கள் பாட்டுக் கற்றுக்கொண்டாலும் அவள் பெரிதாக எதையும் பாடியதாக கீதாவுக்கும் சேகருக்கும் தோன்றவில்லை. இருவரின் உள்ளுணர்வும் அவள் சங்கீதம் படிக்க வேண்டிய இடம் இதுவல்ல என்று அவர்களுக்கு திட்டவட்டமாய் உணர்த்தியது. மிகப்பெரிய தேடலுக்குப் பின் லலிதாம்மாவை ஒரு நல்ல சங்கீதப் பின்னணி உடைய சேகரின் நண்பர் பாஸ்கர் அறிமுகம் செய்துவைத்தார்.

லலிதாம்மாவின் மகன் ராஜேஷ் மிருதங்கம் கற்றிருந்தாலும் அவன் வெளிநாட்டு வங்கி ஒன்றில் வேலையில் சேர்ந்துவிட்டான். அதோடு சங்கீதத்திற்கு முழுக்குப் போட்டுவிட்டான். லலிதாம்மாவின் மகள் சுகன்யா வீணையும் வாசிப்பாள், வாய்ப்பாட்டும் கற்றிருந்தாள். இளம் வயது என்றாலும் கச்சேரிகளுக்கு வாசித்துக்கொண்டிருந்தாள். நாட்டிய அரங்கேற்றங்களில் பாடினாள்.

லலிதாம்மாவின் கணவர் சுப்ரமணியம், சுகன்யாவும் ராஜேஷும் மிகச் சிறுவர்களாக இருந்தபொழுதே ஒரு

விபத்தில் இறந்துவிட்டார். தன் சங்கீத வகுப்புகளில் கிடைத்த சொற்ப காசில் குழந்தைகளைக் கஷ்டப்பட்டு வளர்த்தார் லலிதாம்மா. ஒரு பெரிய சங்கீத வித்வானிடம் சிஷ்யையாக இருந்தும் தன்னால் சங்கீத மேடைகளில் பெரிதாக வெற்றி பெறமுடியவில்லையே என்ற ஏக்கம் லலிதாம்மாவின் மனத்தில் ஒரு ரணமாகவே இருந்தது. தன் சிஷ்யர்களுக்குள் ஆண்களுக்கு முக்கியத்துவம் கொடுத்து, இதுகள் பொம்மனாட்டிகள்தானே, நம்ம பெயரை என்ன பெரிசா சொல்லிடப்போறதுகுள் என்ற ஓர் அலட்சியம் அந்தப் பிரபல வித்வானிடம் இருந்தது. இந்த ஆண் பெண் பேதம் சங்கீத உலகில் சாதாரணம்; யதார்த்தம். மிக அற்புதமாகப் பாடியும் குருவிடம் அதற்கான கவனிப்பும் அங்கீகாரமும் இல்லாமலேயே லலிதாம்மாவின் சங்கீதம் நதிக்கரையோரம் ஒதுங்கிய பழுத்த இலையாய் மேடையிலிருந்து ஒதுக்கப்பட்டுவிட்டது. சுமாரான குரல் வளம் பெற்றிருந்த அந்த ஆண் பாடகர் தானே தன் குருவின் அடுத்த வாரிசு என்ற அலட்டலுடன் மேடைகளைக் கைப்பற்றத் தொடங்கினார். கலையின் மேன்மையைவிட தங்கள் கலையை முன்னிறுத்தத் தெரிந்தவர்களே இங்கு வெற்றியாளர்களாகப் பரிமளிக்கிறார்கள். பொட்டல அழகில் பொருள் அழகு தோற்றுப்போகும் உலகத்தில் லலிதாம்மா வெறும் தோத்தாங்கொளியாக மட்டுமே இருக்க முடிந்தது. ஆனால் அவருக்குள் இருந்த சங்கீதம் அவரை ஒரு நல்ல பாட்டு டீச்சராக மாற்றியது. தன் பிள்ளைகளை வசதியாக இல்லாவிட்டாலும் கௌரவமாக வளர்க்க அது கைகொடுத்தது. அந்த நேரத்தில்தான் ரஞ்சனி லலிதாம்மா வகுப்பில் சேர்ந்தாள். சங்கீதத்தின் மேல் மாறாத ஆசை வைத்திருந்த கீதாவும் சேகரும் லலிதாம்மாவை மதித்துக் கொண்டாடினார்கள். சேகர் லலிதாவை தன் அக்காவாகவே நினைத்து வாழ்க்கையைப்பற்றிய பெரும் நம்பிக்கையை அவருக்குக் கொடுத்தார்.

ரஞ்சனிக்கு இவையெல்லாம் ஒரு நிமிட நேரத்தில் கனவுபோல் வந்துசென்றது. மூன்று வருட சாதகத்திற்குப்பின் தான் பாடிய அந்த முதல் கச்சேரிக்கு லலிதாம்மா மிகுந்த உழைப்பைக் கொடுத்தார். ரஞ்சனி கச்சேரி மேடையில் ஏறும்போது “நல்லா

தைரியமா பாடு” என்று வாழ்த்தி அனுப்பினார். எட்டாம் வகுப்பு மட்டுமே படித்துக்கொண்டிருந்த ரஞ்சனிக்கு மனதெல்லாம் பயம். கச்சேரி தொடங்கியதிலிருந்து முடியும்வரை புத்தியையும், மனதையும் தன் சங்கீதத்திலேயே குவித்து வைத்துக்கொண்டு பாடினாள். ஒரு இடத்தில்கூட தவறு நேராமல் கச்சேரி நிறைந்தது. லலிதாம்மாவின் சங்கீதத் திறமையைப் பலரும் அறிந்துகொள்ள அந்த மேடை காரணமானது.

அந்தக் கச்சேரியின் வெற்றிதான் ரஞ்சனியின் சங்கீதத்திற்கு ஒரு மிகப்பெரிய தொடக்கமாக இருக்கப்போகிறது என்று சேகரும் கீதாவும் நம்பினார்கள். ஆனால் லலிதாம்மாவின் மகள் சுகன்யாவோ அந்தக் கச்சேரியை வேறுவிதமாய் புரிந்துகொண்டாள். லலிதாம்மாவின் சிஷ்யை ரஞ்சனிதான் என்று உறுதிப்பட்டுவிட்டால், இரண்டாம் தலைமுறையாக சங்கீத உலகத்திற்குள் நுழையும் தானும், தன் அம்மா லலிதாவைப் போல ஓரங்கட்டப்படுவோம் என்று நம்பினாள். தன் அச்சத்தை லலிதாம்மாவின் மனசு வேர் வரை ஏற்றினாள்.

லலிதாம்மாவின் மனதில் ஏற்கணவே புறக்கணிப்பின் கசப்பு ஆழ ஊன்றியிருந்ததால், சுகன்யா ஏற்படுத்திய அச்சம் மிக எளிதாக அவரைச் சாய்த்தது. அதுவரை ரஞ்சனியின் மீது இருந்த அன்பும், அவளுக்கு நன்றாக சங்கீதம் சொல்லிக் கொடுக்க வேண்டும் என்ற அர்ப்பணிப்பும், ஒரு நொடியில் காணாமல்போனது. தன் மகள் சுகன்யாவின் வெற்றிக்காக யாரையும், எதையும் வெட்டிச் சாய்க்கலாம் என்று ஏதோ ஒரு வெறி அவரை ஆட்கொண்டது.

அந்த முதல் கச்சேரிக்குப்பின் ரஞ்சனி லலிதாம்மா தன்னிடம் காட்டிய வாஞ்சையில் இருந்த வேறுபாட்டை நன்றாக உணர்ந்தாள். தன் அப்பாவிடம் அது பற்றிப் பேசினாள். சேகர் லலிதாம்மாவிடம் பக்குவமாக என்ன பிரச்சனை என்று விசாரித்தபோது ரஞ்சனி ஒழுங்காக சாதகம் செய்துகொண்டு வருவதில்லை என்றார். முதல் கச்சேரியின் வெற்றி ரஞ்சனிக்குள் ஒரு மிதப்பை ஏற்படுத்திவிட்டதாக சொன்னார். பதின்பருவத்தில் இப்படிச் சில மன மாற்றங்கள் ஏற்படும்;

ரஞ்சனியைக் கவனியுங்கள் என்று சேகரை எச்சரித்தாள்.

லலிதாம்மாவை முழுவதும் நம்பியதாலும் சந்தேகப்பட காரணமோ, சந்தர்ப்பமோ ஏற்படவில்லை என்பதாலும் சேகர் லலிதாம்மாவின் வார்த்தைகளை அப்படியே ஏற்றுக்கொண்டார். நாளடைவில் இதுவே சேகருக்கும் ரஞ்சனிக்கும் இடையில் பிரச்சனையாக மாறியது. வீட்டிலிருந்த நிம்மதி ஒழிந்தது.

அந்தக் குழந்தை நல்லா பாடினாள் என்று லலிதாம்மாவிடம் யார் சொன்னாலும், "ஆமாமா ஆறு பாட்டுக்கு மூணு வருஷம்; அவங்க அப்பா அம்மாவுக்காகச் சொல்லிக் கொடுக்க வேண்டியதா இருக்கு. அந்தப் பொண்ணுக்கு சங்கீத ஞானம் லவலேசமும் கிடையாது" என்று வாய்த்த சந்தர்ப்பங்களில் பலரிடமும் லலிதாம்மா பேசினார். தன் சம வயது ஒத்த பாட்டுப் படிக்கும் பெண்களிடமிருந்து இந்த தகவல்கள் ரஞ்சனியின் காதுகளை எட்டின. ரஞ்சனி அம்மா கீதாவிடம் லலிதாம்மா தன் சங்கீதம் குறித்து இழிவாகப் பேசிவருவதைச் சொல்லி அழுதாள்.

"இதோ பாரு ரஞ்சனி. சங்கீதம் கத்துக்க ஒரு பின்னணி வேணும். உங்க அப்பா அம்மாவுக்கு ஆசை இருக்கே தவிர உனக்கு அதுக்கான அடிப்படை ஞானம் கொஞ்சம்கூட இல்லை. நீ ஒண்ணு பண்ணு. நீ வேகமா ஓடுவேன்னு உங்க அப்பா அம்மா சொன்னாங்க. உங்கம்மா ஒரு காலத்துல ஓட்டப்பந்தய வீராங்கனைதானே? அது உனக்கு நல்ல வரும். இந்த சங்கீதம், மேடை இதெல்லாம் வேற விஷயம். அது எல்லாருக்கும் வராது. உங்கப்பாம்மா கிட்டா நான் பேசவா?" என்று லலிதாம்மா ஒரு நாள் கேட்டபோது, ரஞ்சனி பத்தாம் வகுப்பு படித்துக்கொண்டிருந்தாள். பள்ளிக்கூட பாடத்திற்கு எவ்வளவு அக்கறை எடுத்துக்கொள்வார்களோ அதே அக்கறையைத் தன் சங்கீதத்தின் மீது வைத்திருக்கும் அப்பா அம்மாவிடம் இந்த இரண்டு வருடங்களாகப் பாட்டு வகுப்பில் லலிதாம்மா நடத்தும் நாடகங்களை எப்படிப் புரிய வைப்பது. தன் சங்கீத வகுப்பிற்காக அவர்கள் செலவழித்த நேரமும், பணமும் பலனின்றிப்போனால் அதை அவர்கள்

எப்படித் தாங்கிக்கொள்வார்கள்?

எத்தனை பாடுபட்டுப் பாடினாலும் குற்றம் கண்டுபிடித்து அவமானப்படுத்தும் லலிதாம்மாவின் போக்கை ஒருபோதும் ரஞ்சனியால் அவள் பெற்றோரிடம் புரியவைக்க முடியவேயில்லை.

அந்த ஆண்டு விநாயக சதுர்த்தி விழாவை முன்னிட்டு மயிலை சித்தி புத்தி விநாயகர் கோயிலில் ஒரு கச்சேரி பாட ரஞ்சனியின் அப்பா தன் நண்பர் பாஸ்கர் மூலம். ஒரு வாய்ப்பை பெற்று வந்தார். விழா செப்டெம்பர் மாதத்தில்தான். அதற்கு இன்னும் எழுபது நாள்கள் இருந்தன. இந்தக் கச்சேரி வாய்ப்பை சேகர் பெற்று வந்ததை லலிதாம்மா சற்றும் ரசிக்கவில்லை. அதைப் புரிந்துகொள்ளாமல் சேகர் லிதாம்மாவிடம் ரஞ்சனியை நல்லபடியாக பாட வையுங்கள் என்றார்.

“என்னாலான எல்லா முயற்சியையும் பண்றேன் சார்”, என்று சேகரிடம் தேனொழுகப் பேசிய லலிதாம்மா, அந்த ஜூலை மாதத்திற்குள் மூன்று முறை கச்சேரியில் பாட வேண்டிய கீர்த்தனைகளின் பட்டியலை மாற்றினார். கச்சேரியில் பாடும் பிரதானமான ராகம் அதைத் தொடர்ந்து பாடவேண்டிய கீர்த்தனையில் காரணமேயில்லாமல் திரும்பத் திரும்ப மாற்றம் செய்தாள். உனக்கு இந்த ராகம் வரலை ரஞ்சனி என்று சொல்லிச் சொல்லி பத்து நாட்களுக்கொரு முறை பிரதான ராகத்தை மாற்றியது ரஞ்சனியின் தன்னம்பிக்கையை உடைத்து சுக்குநூறாக்கியது. இந்தக் கச்சேரியில் கட்டாயம் அவப் பெயர் வரும் என்ற அச்சம் அவள் மனதெல்லாம் கப்பிக்கொண்டது. அம்மாவிடம் மட்டும் நடப்பதையெல்லாம் சொல்லி அழுதாள். ரஞ்சனி சொல்வதை நம்புவதா அல்லது பதின்பருவத்தில் குழந்தைகள் இதுபோல ஏதாவது ஒன்றிலிருந்து விடுபட பேசும் பேச்சுக்கள் என்று அதைப் புறம்தள்ளுவதா எனப் புரியாமல் கீதா குழம்பினாள். நடப்பதை சேகரிடம் நிதானமாகவும் பக்குவமாகவும் சொல்லி இருவருமாக லலிதாம்மாவிடம் பேசப் போனார்கள்.

“அம்மா; தப்பா நெனைக்காதீங்க- ரஞ்சனியிடம் அப்படி

என்னதான் பிரச்சனை”- சேகர் நிதானமாகக் கேட்டார்.

“அவளுக்கு சங்கீதத்தில் ஆர்வம் இல்ல சேகர். அதுவும் இல்லாம அவளுக்கு ஸ்போர்ட்ஸ், ரேஸ் இதுலதான் ஆர்வம் இருக்கு. அவளுக்கு எது பிடிக்குமோ அதுலயே அவள விடுங்க. அவ உங்ககிட்ட சொல்ல பயப்படறா போலத் தெரியுது” லலிதாம்மா கொஞ்சம்கூட சலனமில்லாமல் பேசினாள்.

“லலிதாம்மா- சின்னக் குழந்தையில இருந்து அவளுக்கு சங்கீதம்னா உசுரு. நீங்க சொல்றது எங்களுக்கு ஆச்சரியமாவும் அதிர்ச்சியாவும் இருக்கு.”

“உங்ககிட்ட பொய் சொல்ல வேண்டிய அவசியம் எனக்கு என்ன இருக்கு சேகர் சார்? அவளுக்கு சங்கீதம் சொல்லிக்கொடுக்கக் கூடாதுன்னு நான் ஏன் நினைக்கணும்? நீங்க வருத்தப்படக்கூடாது; ஆனா உரிமையோடு சொல்றேன்; சங்கீதம் கத்துக்க கொஞ்சமாவது பின்னணி வேணும். அவ வீட்டுல சாதகம் பண்ணும்போது சரியா பாடறாளா, தப்பா பாடுறாளான்னு சரிபார்க்கக்கூட உங்க ரெண்டு பேராலயும் முடியாது; ஏன்னா உங்களுக்கு சங்கீதம் தெரியாது. வெறும் உங்க ஆசையை வச்சிக்கிட்டு ஒரு கச்சேரி வரைக்கும் அவளை தயார் பண்ணிட்டேன். அதுவே பெரும்பாடாக இருந்தது. அதுக்கும் மேலே அவ பக்கத்துல இருந்து எந்த முயற்சியும் இல்லை. அவளைக் கஷ்டப்படுத்தாதீங்க. இந்தக் கச்சேரியை மட்டும் நான் எப்படியாவது பார்த்துக்கிறேன். ஆனா கச்சேரியில பாடப்போற பாட்டு லிஸ்டை முடிவு பண்றதோ மாற்றுவதோ என்கைலதான் இருக்கு. அதுல அவ தலையிட்டா அது எப்படி சரியாகும்? அவளுக்கு ஒரு ராகமோ, கீர்த்தனையோ சரியா பாடமாகலைன்னா நான் வேற என்ன பண்ண முடியும்? சங்கீதத்தில் தங்களுக்கு இருந்த அறியாமை, ஒருவிதமான அவமானத்திற்குள் சேகரையும் கீதாவையும் தள்ளியது. இந்தப் பொல்லாத சங்கீதத்தின் மீதும் ஏன் ஆசை வைத்தோம் என்று தங்களைத் தாங்களே சபித்துக்கொண்டார்கள்.

“இல்ல கச்சேரிக்குக் கொஞ்ச நாள்தானே இருக்கு அதான்- சேகர் மீண்டும் பவ்வியமாகத்தான் பேசினார்.”

“சேகர், இன்னைக்கு லிஸ்டுபோட்டு நாளைக்குப் பாடுற பசங்க இருகாங்க தெரியுமா? அந்த அளவுக்கு இருந்தாத்தான் கத்துக்க வரணும்” லலிதாம்மாவின் கறாரான பேச்சு சேகரை அடித்து நொறுக்கியது. ஏதோ ஒன்று நடக்கிறது என்று சேகருக்குப் புரிந்தது. ரஞ்சனி மேல் தவறில்லை என்று அவர் ஆழ்மனம் உறுதியாக நம்பியது. அன்று மாலை வீட்டுக்கு வந்தவர் ரஞ்சனியை அழைத்து அன்போடு பேசினார்.

“ஏம்மா ரஞ்சனி உனக்கு ஏதாவது விளையாட்டுல ஆர்வம் இருக்காம்மா நான் சேர்த்துவிடுறேன்.”

“ஏம்பா? லலிதாம்மாவைப் பார்த்துப் பேசினீங்களா?”

“சேகர் திடுக்கிட்டார்.”

“அப்பா - எனக்கு விளையாட்டு பிடிக்கும். அதைவிட சங்கீதம் உயிர். ஆனா, இனிமேல் எனக்கு பாட்டு க்ளாஸ் வேண்டாம்பா. இன்னும் கொஞ்ச நாள் நான் அங்க போனா என்மேல உங்களுக்கும், உங்க மேலே எனக்கும் இருக்கும் நம்பிக்கையே செத்துடும்; நான் சரியில்லையா இல்ல லலிதாம்மாவுக்குப் பிரச்சனையா என்ற குழப்பம் நமக்குள் ஒரு பெரிய பிளவை ஏற்படுத்திடும். அப்பா - சங்கீதம் மட்டுமில்ல, மத்த எல்லாத்தையும் விட நமக்குள்ள இருக்க அன்பும், பாசமும் ரொம்ப ரொம்பப் பெருசுப்பா; என்ன விட்டுடுங்கப்பா. சங்கீதம் தெரியாதது உங்க தப்பில்லை. அது எனக்காவது கிடைக்கணும்னு நீங்க ஆசைப்பட்டதுதாம்பா பிரச்சனையாப்போச்சு.”

“வேற யார்கிட்டயாவது பாட்டுக் கத்துக்கப் போலாமா கண்ணா?”

“அப்பா - சங்கீதம் ரொம்ப ரொம்ப ஒசத்தியானதுப்பா - ஆனா அந்த அளவுக்கு சங்கீதத்தைத் தொழிலா நினைக்கிறவா அவ்வளவு ஒசத்தியான்னு எனக்குத் தெரியலப்பா - ஒரு வேளை நான் அந்த முதல் கச்சேரியை சுமாரா பாடியிருந்தா இந்தப் பிரச்சனையெல்லாம் வந்திருக்காதோ என்னவோ? தெரியலைப்பா”- “ரஞ்சனி ஒரு நிமிடம் சேகரை உற்றுப்

பார்த்தாள். “அப்பா” என்று அவர் கையை நம்பிக்கையோடு பற்றி கொண்டாள். “கோவிச்சுக்காதீங்கப்பா- இனிமே இந்த சங்கீதம் வேணாம்பா. நான் லலிதாம்மாவோட உருப்படாத சிஷ்யையாவே இருந்திடறேனே- அது அவங்களுக்கு ஒரு சந்தோஷத்தையோ, நிம்மதியையோ தரட்டுமே. என் சங்கீதம் அதுக்காவது உதவட்டுமே.”

துரோகத்தின் கதிர் வீச்சில் நின்று பேசும் தன் சின்னக் குழந்தையை ஆழமாகப் பார்த்தார் சேகர். அதற்குமேல் தான் சொல்ல என்ன இருக்கிறது?

ரஞ்சனியின் சங்கீத வகுப்புகள் அதோடு நின்றன.

“ரஞ்சனி ஏன் வகுப்புக்கு வரலை” என்று லலிதாம்மா ஒரு பேச்சுக்காகக் கூட சேகரையோ கீதாவையோ கேட்கவில்லை. அது அப்படியாகவே முடிந்துபோய்விட்டது.

ரஞ்சனி கல்லூரிப் பட்டப் படிப்பை முடித்து உளவியல் துறையில் ஆராய்ச்சி மாணவியாகச் சேர்ந்தாள். குழந்தைகளின் உளவியல் குறித்து அவள் எழுதிய ஆராய்ச்சிக் கட்டுரைகள், பல பல்கலைக்கழகங்களால் அங்கீகரிக்கப்பட்டன.

அந்த ஞாயிற்றுக்கிழமை மதியம் லலிதாம்மா “என்னை பார்க்க வருவியா ரஞ்சனி” என்று அனுப்பிய குறுஞ்செய்தியை வாசித்தவுடன் இதோ நேராகக் கிளம்பி அவரைப் பார்க்க வந்துவிட்டாள்.

கலையை வியாபாரமாகவோ, வெற்றிக்கான கருவியாகவோ பார்க்காத ரஞ்சனிக்கு லலிதாம்மாமேல் ஒரு துளியும் வெறுப்போ, வன்மமோ ஏற்படவில்லை. அவள் தன் மனதை அப்படி பத்திரமாகப் பார்த்துக்கொண்டாள். அவளைப் பொறுத்தவரை, தன் மகள் சுகன்யாவை தான் மிஞ்சிவிடுவோன் என்று பயந்தே லலிதாம்மா தன்னை விலக்கிவைத்துவிட்டதாக அவளுக்குத் தோன்றியது. அவளுக்கு லலிதாம்மாவின் பயம் புரிந்தது. கட்டை விரலை துரோணர் வெட்டிக் கேட்ட அந்த நொடியே ஏகலைவன் வென்றுவிட்டான் அல்லவா? அதற்குப் பின் வெல்ல வேறு என்ன இருக்கிறது. இந்த எண்ணமே

ரஞ்சனியை அமைதிப்படுத்தியது.

இதோ இப்போது லலிதாம்மா சொன்னபடி தம்பூ ராவோடு அவர் முன் நின்றாள்.

ஏதாவது பாடேன் ஒரு பாட்டு - ஒரே ஒரு பாட்டு என்று லலிதாம்மா கேட்டபொழுது மனசுக்குள் இது குரு சம்பாவனையாக இருக்கட்டும் என்று நினைத்து மனதை ஒருமுகப் படுத்திக்கொண்டு பாடத் தொடங்கினாள்.

பேஹாக் ராகத்தை மிக அமைதியாக ஆரம்பித்து ராகத்தினின்றும் மேலேறி கீர்த்தனைக்குள் கரைந்தாள்.

“இரக்கம் வராமல் போன தென்ன காரணம் என் ஸ்வாமிக்கு?”

“இரக்கம் வராமல் போனதென்ன காரணம்?”

பல்லவியில் அவள் சங்கதிகளை அடுக்கிப்பாடியபொழுது லலிதாம்மா நொறுங்கிப்போனாள்.

“கருணைக்கடல் என்று காதில் கேட்டு நம்பி வந்தேன்.”

ரஞ்சனிக்குள் இருந்துகொண்டு நந்தனார் கதறுவதாக லலிதாம்மாவுக்குத் தோன்றியது.

“ஆலமருந்தி அண்ட உயிரை
ஆதரித்ததுமது கீர்த்தி;
பாலகிருஷ்ணன் பாடித் தினமும்
பணிந்திடும் நடராஜ மூர்த்தி”

அதற்கு மேல் பாடமுடியாமல் ரஞ்சனி ஒரு நிமிடம் கண்களை இருக்கமாக மூடிக்கொண்டாள். தன் தொலைந்து போன சங்கீத ஆசைகளை அப்படியே கண்டத்தில் தேக்கிக் கொண்டாள். உடைந்து அழுதுவிடக் கூடாது என்பதில் உறுதி காட்டினாள்.

“பழி எத்தனை நான் செய்கினும்
பாலித்திடும் சிவ சிதம்பரமென
மொழி கற்றவர் வழியிற்றுனை
முப்பொழுதும் மறவேனே”

என லலிதாம்மா பாடியபடி ரஞ்சனியை பார்த்து இரு கரம் கூப்பி கும்பிட்டாள். அப்போது தன் கைகளில் கட்டைவிரல் இல்லாததுபோல் லலிதாம்மாவுக்குத் தோன்றியது.

ரஞ்சனி அவரின் குவிந்த கைகளை அப்படியே பற்றிக் கொண்டாள். வழிந்த அவரின் கண்ணீரை துடைத்தாள். நெடுநாளைய வலியின் வாசனை அந்த அரை முழுவதும் பரவிக்கிடந்தது

ரஞ்சனி லலிதாம்மாவை சேவித்துவிட்டுப் புறப்பட்டாள்.

கலைமகள் - செப்டம்பர் 2021

கால தானம்

“நான் பேசறது உங்களுக்குக் கேட்காது - என்னால இனி பேசவே முடியாதுன்னு நீங்க நினைக்கறீங்க. ஆனால் முடியும். உங்களுக்குத்தான் கேட்கல.” நான் பேசுனா உங்களுக்குக் கேட்கும்னு இருந்தபோது மட்டும் நான் சொன்னதை யாராச்சும் கேட்டீங்களா என்ன?”

“இன்னும் கொஞ்ச நேரத்துல என்னைக் கூட்டிட்டு போய் விட வேண்டிய இடத்துல விட்டுட்டு வந்துடுவீங்க.”

“இதோ எல்லாம் தயாரா இருக்கு. இன்னும் ஒரு அரை மணி நேரம் தான். அதுக்கப்புறம் நான் முப்பத்தி ஏழு வருஷமா வாழ்ந்த இந்த வீட்டுல இருந்து வெளியேறிடுவேன். வீட்டுக்கு என்னைக் கடைசியா பார்க்க வரும் ஒவ்வொருத்தரும் “என்னாச்சு? என்னாச்சு?” எப்பிடின்னு கேட்கக் கேட்க கிரி, மீனா, செல்வம், பாலா எல்லோரும் என் கடைசி ஆறு மாதச் சுகவீனத்தைப் பத்தியே விதவிதமாச் சொல்லி முடிக்கிறாங்க.

இப்போ உள்ளே வரும் முகம் எனக்குப் புதுசா இருக்கு. யாருன்னு சட்டுன்னு அடையாளம் தெரியலை. அந்தப் பையனுக்கு இருபத்தஞ்சு வயசு இருக்கலாம். நேரா என் மூத்த மகன் கிரி கிட்டே போய் நிக்கிறான். கிரிக்கு அவனைத் தெரியுது. “ரகு”ன்னு அவன் கையைப் பிடிச்சிக்கிறான். ரகுவும், கிரியும் பேசுறதிலேருந்து அவன் என் ‘அத்தை பேரன்’னு புரியுது. என் விஷயம் எப்படித் தெரியும்? எப்படிச் சரியா

வந்து சேர்ந்தான்னுதான் புரியலை. யார் யாரோ வராங்க; சில பேர் வந்த வேகத்திலேயே வெளியேறிப் போறாங்க. நான் யார் கிட்ட போய் என் மனசுல இருக்கறத முழுசாப் பேசறது? ஐஸ் பெட்டிக்குள்ள இருக்கற முகத்தை உற்றுப் பார்த்துட்டு ஒரு சுத்து சுத்தி வந்து கும்பிட்டுட்டுப் போறவங்க மனசுல என்ன நினைக்கிறாங்கன்னு தெரியலை.

“நல்ல கல்யாண சாவுப்பா- பேரன், பேத்தியெல்லாம் எடுத்துட்டு நிறைவா வாழ்ந்துட்டு போயிருக்கார். அவரோடு மனசு நிறைஞ்சு ஆசீர்வாதம் முழுக்க உங்களுக்கு உண்டு...” எதிர் வீட்டு ராஜம் மாமி கிரியிடம் பேசிக்கொண்டிருந்தபோது நான், “ராஜம் மாமி, ராஜம் மாமி” என்று எவ்வளவோ கத்திப் பார்த்தேன்; மாமிக்குக் கேட்கலை. கேட்காது தான். ராஜம் மாமிக்கு என்ன தெரியும்? வழமையா சாவுக்கு வந்தா இன்னின்ன வசனம் பேசணும்னு ஒரு முடிவோடதானே வர்றாங்க? செத்தவன் எழுந்து வந்து சொக்கா புடிச்சிக் கேக்க மாட்டான்ற தைரியம். ராஜம் மாமி வரும்போதே முடிவு செஞ்சுட்டாங்க நான் நிறைவா வாழ்ந்துட்டேன்னு” என்னை ஒரு வார்த்தை கேட்க வேணாம்?”

மூணுமாசத்துக்கு முன்னால எனக்கு மாரடைப்பு வந்துது. சரியான நேரத்துக்கு ஆஸ்பத்திரிக்குப் போனதால பொழைச்சேன். நாலு நாளைக்குப் பிறகு வீட்டுக்கு வந்துட்டேன். அதுக்குப் பிறகு பசங்க ஆளாளுக்கு அவங்களுக்குள்ள ரொம்ப நெகிழ்ச்சியாப் பேசிக்கிட்டாங்க.

“பரவால்லடா கிரி - நாம எல்லோருமா சேர்ந்து பிரயத்தனப் பட்டுச் சரியான சமயத்துக்கு ஆஸ்பத்திரிக்குக் கூட்டிட்டுப் போய்ட்டோம். அப்பா பொழச்சிக்கிட்டார்.”

“மூத்த மகள் மீனா அண்ணன் கிரியிடம் பெருமையும் லேசான ஜம்பமுமாய்ப் பேசியபோது செல்வமும், பாலாவும் அதை அப்படியே ஆமோதித்தார்கள்.”

இந்தக் காலத்துல நம்பள மாதிரி யார் ஒத்துமையா அப்பா, அம்மாவைப் பார்த்துக்கறாங்க? அம்மாவைக்

கடைசிவரைக்கும் கண்ணுக்குள்ள வச்சுப் பார்த்துக்கிட்டோம். இதோ அப்பாவுக்கும் குறை இல்லாம ஆஸ்பத்திரியில சேர்த்து நல்லபடியா வீட்டுக்கும் அழைச்சுட்டு வந்துட்டோம்.

அவர்களுக்குள்ளாகவே பேசிக்கொண்டார்கள். ஏன் மாரடைப்பு வந்தது? யாருமே யோசிக்கல; டாக்டர்ட்டக் கூடக் கேட்கலை. "மாரடைப்பு வந்துருச்சு- மருத்துவம் செஞ்சாச்சுன்னு திருப்திப்பட்டு கிட்டாங்க. என்னய்யா உன் மனசுல வருத்தம்; ஏன் இந்த வயசுல அப்படி என்ன அழுத்தம்? அப்டின்னு நாலு பேர்ல ஒருத்தர் கூடக் கேட்கவேயில்லை. இதோ இப்ப என்னைக் கிடத்தியிருக்க இந்தக் கூடத்துக்குப் பக்கத்துல இருக்கிற பெட்ரூம்லதான் மூணு மாசமா படுத்துக்கிடந்தேன். மல்டி ஸ்பெஷாலிட்டி ஆஸ்பத்திரில நர்ஸ் ட்யூட்டி டாக்டர் சகிதம் ஸ்பெஷலிஸ்ட் டாக்டர் வந்து போறமாதிரி எல்லாருமா சேர்ந்து வந்து,

"என்னப்பா- ஒண்ணும் பிரச்சனையில்லையே - ஆல் ஃபைன்?"

அப்பிடின்னிட்டு என் பதிலுக்குக்கூடக் காத்திருக்காமப் போய்டுவாங்க.

பக்கத்துல உட்கார்ந்து "என்னப்பா - ஏன்? மாரடைப்பு வர அளவுக்கு என்ன உனக்கு மனசுல குறைன்னு" ஒருத்தனும் கேட்கல. சொல்றதுக்கு எத்தனையோ ஆதங்கமிருந்தும் கேட்டுக்கொள்ள காதுகள் இல்லாதபோது என்ன சொல்ல? மனசுக்குள்ள குமைஞ்சு குமைஞ்சு நாளா வட்டத்துல யார் கிட்டயும் பேசுறதே குறைஞ்சுபோச்சு - குறைஞ்சு என்ன பேசுறதயே நிறுத்திட்டேன் - மனசு வார்த்தையா மாறாமப் போன அந்த நாட்கள்ல அது தானா கண்ணீரா மாறத் தொடங்கிச்சு.

"இந்த அப்பாவுக்கு என்ன குறைவச்சோம்? எதுக்கு இப்படிப் பேசாமப் படுத்தறார்?"

மீனா கிரியிடம் புலம்பினாள்.

"அம்மாவையே நினைச்சுக்கிட்டு இருக்கார் போல" என்றான் இளைய மகன் செல்லம்.

“அதெல்லாம் இல்லடா; மரண பயம் வந்தா பெரியவங்க இப்படி நடந்துக்குவாங்கன்னு கேள்விப்பட்டிருக்கேன்; பேசாம - எப்பவுமே எதையோ பறிகொடுத்தாமாதிரி கண்ணீர் வடிச்சுக்கிட்டு இருக்கார். இது ஒருவிதமான மனபாதிப்புன்னு தான் நினைக்கிறேன். ஏதாவது கவுன்சிலிங் கொடுக்கலாமா. என்ன நினைக்கிறீங்க? என்றாள் கடைசி மகள் பாலா.”

“என்னடி சொல்ற நீ”? அப்பா பைத்தியமாயிட்டாரா...? நாம என்னடி பண்ணோம், நல்லாதானே பார்த்துக்கிட்டோம்?” என்ற கிரி ஆற மாட்டாமல் “கவனிக்க முடியாதுன்னு கைவிட்டோமா...? கூடவே வச்சித் தாங்குறோமா இல்லியா..? மத்த சிலர் போல ஏதாவது முதியோர் இல்லத்துலயா விட்டுட்டோம்? மூச்சுவாங்கிற்று கிரிக்கு.

“நாம ஏதும் தப்புப் பண்ணலை கிரி... அவர் மனசுல என்ன அழுத்தம்னு தெரிஞ்சிக்கலாமில்லியா...? ஒருவேளை ஏதாவது மனக்குறை இருந்தா சைக்யாட்ரிஸ்ட் கிட்டே பேசுறப்போ அவங்க தர்ற கவுன்ஸலிங் பலனளிக்காதா? நம்ம கிட்டே சொல்லாப் பிடிவாதத்தை மூணாம் மனுஷர்ட்ட பேசுறப் பயாச்சும் சொல்லட்டுமே - எவ்வளவோ செஞ்சோம்... இதையும் செய்வோமே” என்று பாலா சொன்னபோது எல்லோரும் உடன் பட்டார்கள். அவர்களுக்குள்ளேயே பேசிப் பேசி விவாதித்துக் கொண்டார்கள். பிரபலமான மனநல மருத்துவர் ஒருவரை வரவழைப்பது என்று முடிவுசெய்தார்கள். உனக்கு என்னப்பா பிரச்சினை என அலுப்பாக கூட்டமாகக் கேட்டார்களே ஒழிய என் பதிலைத் தெரிஞ்சுக்கணும்கிற ஆர்வத்தோட எனக்குத் தேவையான ஆதுரத்தோட ஒருத்தர்கூட எங்கிட்டே அதே கேள்வியைக் கேட்கலை. நாலு பெத்தேன்னு எத்தனை பெருமைப்பட்டிருப்பேன். நாலு பிள்ளைங்களுக்குமே என் பக்கத்துல உட்கார்ந்து என் மனசை அறிஞ்சிக்கணும்னு தோணவே இல்லையே?

இத்தனைக்கும் நான் பக்கத்து ரூம்லதானே இருக்கிறேன்; எனக்கு முழுக்கக் காது கேட்காது என்று நினைப்பில் அவர்களுக்குள்ளாக நடந்த பேச்சு. படுத்த படுக்கையாக

எல்லாவற்றையும் கேட்டுக் கொண்டிருந்தேன். என்னையும் மீறிக் கண்ணில் பெருகிய கண்ணீரை அடக்க முடியவில்லை. கொஞ்ச நேரத்தில் விம்மி, வெடித்து அழத் தொடங்கினேன். ஒரு சில மணித்துளிகள் தான். பிறகு என்னை நானே சமாதானம் செய்துகொண்டு அடங்கினேன். அப்போது இரவு ஏழு மணியிருக்கும். நான் கட்டிய ஒரே வீட்டை இடித்து நாலு பிள்ளைகளும் ஆளுக்கு ஒரு வீடாக பிரித்து அடுக்கு மாடி வீடாக, அதைக் கட்டியிருந்தார்கள். நானும், என் மனைவி கமலாவும் கிரி வீட்டில் இருந்தோம். போன வருடம் அவளும் போய்விட்டாள். என் வீடு இல்லை. கட்டிய மனைவியும் போய்விட்டாள். இப்போது இருப்பது இவர்களின் வீடுகள். அதிலொன்றில் நான் வேண்டாச் சுமையாக என்னுடையதுகள் எல்லாமும் எனக்கு அந்நியமாகப் படத் தொடங்கிவிட்டது.

“இப்பத் தான் அழுதார். சட்டுன்னு பார்த்தா சகஜமாக் கண்ணை மூடிட்டிருக்கார் நிச்சயமா அப்பாக்கு எதோ மனப்பிரச்சினைதான்” என்று எல்லாப் பிள்ளைகளும் ஏகமனதாக முடிவுக்கு வந்தார்கள்.

அடுத்த நாள் காலை பதினொரு மணியிருக்கும். மிக இளமையான அந்த மனநல மருத்துவர் என் அறைக்கு வந்தார். எல்லோரையும் வெளியே அனுப்பிவிட்டு என்னோடு மிக நிதானமாகப் பேசினார். ஆழ்மனதுக்குள் சென்று குமுறல்களைத் தூர் எடுத்துவிடவேண்டும் என்ற திடத்தோடு படிப்படியாக முயன்றார். மருத்துவர் என்று தன்னைக் காட்டிக் கொண்டு விடக்கூடாது என்று கவனமாக இருந்தார்.

கிரி அப்படித்தான் அவரை நடந்துகொள்ளக் கேட்டிருப்பான் போல. ஆனால் ஒரு நபரிடம் மனநல ஆலோசனை வழங்கும் போதும், அவர் அந்தரங்கம் குறித்துப் பேசும்போதும் மனநல மருத்துவர்கள் சில விதிகளைப் பின்பற்ற வேண்டும் என்று பாவம் கிரிக்குத் தெரியாது.

“நான் கிரியோட நண்பன்” என்று அவர் உரையாடலைத் தொடங்கினார். -

“சொல்லுங்க டாக்டர்...” என்று நான் அழுத்தி பதில் கொடுத்தபோது அவர் துணுக்குற்றார். இருந்தாலும் தன் அதிர்ச்சியைச் சரியாகக் கையாண்டார். இயல்பாக மேலே பேசத் தொடங்கினார்.

“என்ன வேலைல இருந்தீங்க சார்?”

“நான் அரசாங்க பஸ் டிரைவராக வேலை பார்த்தேன் டாக்டர்.”

“சிட்டி பஸ்ஸா?”

“இல்லையில்ல வெளியூர் பஸ் - எல்லா ரூட்டும் ஓட்டுவேன்.”

“அப்ப பல ஊர்களுக்கும் பயணம் பண்ணியிருக்கீங்கன்னு சொல்லுங்க” சில்லிடும் காற்று எனக்கு ஆறுதலாக இருந்தது. லேசாய்க் கண்களை மூடித் திறந்தேன்.

“பல ஊர்களுக்கும் பயணிச்சது என் வேலை. எனக்கே எனக்குன்னு எங்கயுமே போனதா ஞாபகமில்லை. எந்திரமாட்டம் போயிட்டு வந்ததெதுவும் பயணமா கணக்குல வராதுங்களே டாக்டர்?”

டாக்டர் உன்னிப்பாகக் கவனித்தார். மேலும் பேசு என்றாற் போல் என் கண்களையே பார்த்தார்.

“சில நாள் பஸ் முழுக்க நிரம்பி வழியும். நிறுத்த முடியாது. ஆனா நிறுத்தாமப் போனா கெட்ட வார்த்தைல திட்டுவாங்க. ஜனங்க அல்லாடுவாங்களேன்னு நிறுத்தி ஏத்திக்கிட்டா அந்தக் கூட்டம், நெரிசல் நமக்கு ரொம்ப பிரச்சனையா போயிடும். சுத்தி நின்னு ஓட்டு ஓட்டுன்னு விரட்டுனாப்போல இருக்கும். கல்யாண வீட்டுல நாம சாப்பிடும்பொழுது பந்தில பின்னாடியே நின்னுக்கிட்டு நம்மால சாப்பிட முடியாம போகுமே அது மாதிரி ஒரு மூச்சு முட்டல்.”

“குடும்பத்தோட ஜாலியா நாலு இடம் போனதில்லியா?”

“என் வருமானத்துக்கு ஒரு சின்ன ஸ்கூட்டர் மட்டும்தான் வாங்குனேன். ஸ்கூட்டர்ல போனாலும் பொண்டாட்டி புள்ளைங்கன்னு நெரிசலாதான் வண்டி ஓட்ட முடிஞ்சிது. எந்த

வண்டியையும் எதிர்காத்து முகத்துல அடிக்கிற சந்தோஷத்தை அனுபவிச்சிக்கிட்டே ஓட்டினது இல்லவே இல்லை. இதோ புறநகர்ல ஒரு வீடு. கடன்ல வாங்கினது, கடனை அடைச்சுட்டு நிம்மதியா நிமிரலாம்னு நினைக்கையில எனக்கு வேலைலேர்ந்து ஓய்வு கொடுக்குற வயசு வந்துடுச்சு. என் பயணம் என்னிக்கும் எனக்கானதா இருந்ததில்லை டாக்டர்."

"என்ன சொல்ல வர்றீங்க மிஸ்டர்."

"நாதன் - அதான் என் பெயர்."

"நாதன் - நல்ல பேர்."

ஹூம் என்று சொல்லிக்கொண்டவன் உதட்டை ஈரப்படுத்திக் கொண்டேன் "நான் நிறைய செய்யணும்னு நினைச்சேன். திரும்பிப் பார்க்கும்போது ஒண்ணுமே செய்யலைன்னு புரியுது?"

"என்ன செய்யலை - ஏன் செய்யலை?"

"பிச்சிப் பிச்சிக் கொடுத்துட்டேன் டாக்டர் என்னை - என் நேரத்தை."

"உங்க பிள்ளைகளுக்கும் குடும்பத்துக்கும்தானே?"

"மரம் இருந்தாதான் மழை - மரம் ஊருக்கெல்லாம் மழை கொடுத்துட்டு அது தன் வேருக்கு கொஞ்சம் கூடத் தண்ணி காட்டலேன்னா என்னா நடக்கும் டாக்டர்?"

"மரம் - வேர்? புரியலையே-"

"ஆமா - டாக்டர்"

"பூமிக்கும் வேருக்கும் இடையில இருக்க பிடிமானமும் உறுதியும் தளரும்போதுதான் அடடா இதுக்கும் கொஞ்சம் தண்ணி ஊத்தியிருக்கணுமேன்னு தோணுது. இப்ப ஊத்தற சூழலும் இல்ல; வேருக்கு நிக்கற தெம்பும் இல்ல டாக்டர்."

"அமைதியா இருங்க... அமைதியா இருங்க மிஸ்டர் நாதன்."

"நீங்க என்ன செய்யணும்னு நெனைச்சீங்க?"

"எவ்வளவோ - எவ்வளவோ எனக்குப் பிடிச்சமாதிரி சாப்பிட்டு,

தூங்கி, பயணம் செஞ்சு, பாட்டுக் கேட்டு, புத்தகம் படிச்சு, சினிமா பார்த்து - இப்படி ரொம்ப ரொம்ப சாதாரண ஆசைகள் தொடங்கிப் பெரிய பெரிய ஆசைகள் - "நிறைய நிறைய நிறைய நிறைய..."

"அப்புறம் - அப்புறம்" - மேலே பேச முடியவில்லை. யாருக்கும் எதுவும் தானம் கொடுக்கலாம் டாக்டர். விஷயதானம், பணம், காசு எது வேணா - எது வேணா - ஆனா கால தானம் இருக்கே - அது மட்டும் செய்யக்கூடாது.

நமக்குக் கிடைச்ச காலத்தைத் தங்களுடையதா மட்டும் ஆக்கிக்கிட்டு மத்தவங்க நம்மைத் தூக்கி எறியும்போது கிழிந்து போய்ட்ட அந்த நாட்காட்டித் தாள்களை நம்மால திரும்ப உருவாக்கவே முடியாது. கிழிச்சதையும் சேமித்து வைக்கவே முடியாது; வைச்சாலும் அது சவரக்கடையில சோப்பு வழிக்க மட்டுமே பயன்படும். யாருக்கும் யாரும் கால தானம் மட்டும் செய்யவே கூடாது டாக்டர் - உறவு; நட்பு; நமக்கு ரொம்ப ஆதர்சம்; பெருந்திறமையான ஆட்கள்; பாட்டு, கூத்து, எழுத்து, பேச்சு - எல்லாத்தையும் ரசிக்கலாம். எல்லாரையும் ரசிக்கலாம். ஆனால் அவங்கள்ல ஒருத்தருக்கும் நம்ம வாழ்க்கையோட காலத்தை தானம் கொடுத்துடக் கூடாது டாக்டர். பல பேர் நமக்கே தெரியாம நம்ம காலத்தைத் திருடிட்டுப் போய்டுவாங்க. அப்புறம் நானா கேட்டேன் - நீதானே கொடுத்தேன்னு நிப்பாங்க. நாம விழிச்சிக்கிட்டோம்னு தெரியும்போது புதுசா ஒருத்தரோட காலத்தைத் திருடப் புறப்படுவாங்க. அந்த மாதிரி ஆட்களுக்குத் தொடர்ந்து அவங்களை நம்பிக் கெடுறதுக்கான ஆட்களும் அமைப்பா கிடைப்பாங்க. யாருக்கும் நம்ம காலத்தை தானம் கொடுத்துட்டா, அப்புறம் நம்ம கணக்கும் தன் வேருக்கு, தானே நீர் சொரியாத முட்டாள் மரக்கணக்கு தான்."

"நாதன் - உங்க மனசை ரொம்பக் குழப்பிக்கிறீங்க. நல்ல மனிதரா வாழ்ந்திருக்கீங்க - சாதாரண டிரைவர் வேலைல இருந்து நாலு பிள்ளைங்கள நல்லா வளர்த்திருக்கீங்க - அவங்க கஷ்டப்படாம வாழ ஒரு வீடு கொடுத்திருக்கீங்க - இது எவ்வளவு பெரிய சாதனை தெரியுமா?

சாதனை? யாருக்கு? எனக்கான சாதனையா? இது அவங்களுக்கு.

"என் ஆத்மாவுக்கு டாக்டர்?

அது அழுகுது. என் கண்ணுல வடியுதே கண்ணீர் அது என் ஆத்மாவுக்கானது. இல்லையில்லை;

என் ஆத்மாவுடையது."

"சரி நான் சில மாத்திரைங்க எழுதித் தந்துட்டுப் போறேன். சீக்கிரமே நீங்க நார்மலாய்டுவீங்க. மறுபடியும் உங்களைப் பார்க்க வருவேன்."

என் கண்களை மூடிக்கொண்டேன். பாவம் இந்த இளைஞன். புதிய மருத்துவன். மேலும் மாத்திரைகள், நம்பிக்கைகள் எனக்குத் தேவை. அதை அவன் அறியவேயில்லை. கண்களில் நீர் வழிய வழிய அப்படியே உறங்கிப்போனேன்.

அன்னிக்குப் புறப்பட்ட டாக்டர் அதற்குப்பின் வரவேயில்லை.

எல்லாக் கதைகளுக்குமான ஒரு முடிவு இதோ இங்கே அரங்கேறிக்கொண்டிருக்கிறது.

அடடா, பேசிக்கிட்டே இருந்ததுல நேரம் போறதே தெரியலை. என்னைத் தூக்கிக்கொண்டு வெளியில் வந்து வண்டியில் ஏற்றிவிட்டார்கள். எனக்கு கொஞ்சம் பயமாகத்தான் இருக்கு. என்னால் பேச முடிகிறது. உங்களால்தான் கேட்க முடியவில்லையே. ஒருவேளை என்னை எரித்தால் எனக்கு வலிக்குமோ?

எரித்தால் வலிக்காது, புதைத்தால் மூச்சுமுட்டாது என்று தீவிரமாக நீங்கள் நம்புகிறீர்கள். நான் இப்போது பேசுவது உங்களுக்குக் கேட்காத போது, எரியூட்டும்போது வலியில் நான் கத்தினால் மட்டும் உங்களுக்கு எப்படிக் கேட்கும்? அதுசரி! இருந்தபோதே நான் மனது வலித்து துடித்தது, கத்தியது உங்களுக்குக் கேட்காத போது, இனிமேல் நான் கத்திக் கதறினால் உங்களுக்குக் கேட்டாவிடும்? கேட்டால் என்ன? கேட்காவிட்டால் என்ன? அதைப் பற்றியெல்லாம் நான் ஏன் பேசுகிறேன்? எனக்கு நேர்ந்தது உங்களுக்கும் நேர்ந்துவிடக்கூடாது என்று ஏதோ ஒன்று என்னைப் பேச

வைக்கிறதா?

சீ - எனக்கு எவ்வளவு அறிவில்லை. எஞ்சி இருக்கக் கூடிய கொஞ்ச நேரத்தையும் இப்படி உங்களிடம் பேசியே செலவழிக்கிறேனே - எனக்கு நேர்ந்தது உங்களுக்கும் நேர்ந்துவிடக்கூடாது என்று தேவையில்லாமல் கவலைப்பட்டுக் கொண்டிருக்கிறேனே - இப்படி அடுத்தவர்களுக்காகக் கவலைப்படுவது கூட ஒரு போதையோ?

ஏன் என் மனசை நான் எவ்வளவு அடக்கினாலும் அது சில நேரத்தில் எல்லாக் கட்டுக்களையும் உடைத்துக் கொண்டு போய் விடுகிறது? அப்படிப்போய் எதையாவது எனக்காகச் செய்து கொண்டதா என்றால் இல்லை; கடுப்பு தான் மிஞ்சுகிறது. சுய நலமாக இருப்பவர்களைப் பார்த்து வியப்பாக இருக்கிறது. ஆனால் அவர்கள் மீது கொஞ்சம் காதலாகக் கூட இருக்கிறது. எப்படி எந்த இடத்திலும் தடம் மாறாமல் தங்களுக்கே விஸ்வாசமாக இருக்கிறார்கள் என்று பிரமிப்பாக இருக்கிறது. அட அவர் எடுத்தா எடுத்ததை முடிப்பார் என்று வியந்து பாராட்டப்படும் என் நண்பர்கள் பலரும் அடுத்தவர் வாழ்க்கையிலிருந்து நேரத்தையும் காலத்தையும் தேனைப் போல் நக்கித் தீர்த்தவர்கள்.

புறங்கையை நக்கினால் கூட சொட்டுத் தேனும் மிஞ்சாத அளவுக்கு அடுத்தவன் வாழ்க்கையின் தேன்துளிகளை நக்கித் தின்று விட்டு நழுவியவர்கள். எல்லாருக்கும் தன்னை பிய்த்துக் கொடுத்து விட்டு, அல்லது அவர்கள் பிய்த்து எடுத்துக் கொள்ளும் போது அது பற்றிய எந்தத் தேரலும் இல்லாமல் காலுக்கடியில் காலத்தை நழுவ விட்டபின் எட்டிப் பிடிக்க எது மிஞ்சும்? அதை ஏனோ நான் உணரவேயில்லை. இத எடுத்துக்க வாடா என்று ரப்பர் பென்சிலை எடுத்துக் கொண்ட பள்ளிக்கூட நண்பனில் தொடங்கி, பேண்ட், சட்டை, போட்டிருந்த ஒரே மோதிரம், கடிகாரம், நான் ஓட்டிய ஸ்கூட்டர் என்று பொருட்களை கொடுத்ததை பற்றி எல்லாம் கொஞ்சம் கூட வருத்தமில்லை. ஆனால் எனக்கு, உனக்கு என்று எனக்கே எனக்கான என் தேடல்களுக்காக நான் சேமித்து வைத்திருந்த நேரத்தை, அழகிய தருணங்களைக் கொஞ்சம் கொஞ்சமாய் உறவும்

நட்பும் கரையானாய் அரித்துத் தின்று விட்டனர். கரையான் அரித்த புத்தக அலமாரியை போல என் மேலீடும், உள்ளீடும் உதிர்ந்து விழுந்து விட்ட என்னை நான் பார்த்த போது என் ஆத்மா அழுத அழுகைதான் அந்த முதல் மாரடைப்பு. அதெல்லாம் தெரியாதது போல வேறு வேறு காரணம் தேடி அலசி ஆராய்ந்து குற்ற உணர்வில் இருந்து தங்களைத் தாங்களே நைச்சியமாய் விடுவித்துக் கொண்டனர் என் பிள்ளைகள். என் பிள்ளைகளே அவ்வளவுதான் எனும்போது காலத்தை இழந்த மற்ற இடங்களைக் கணக்கெடுத்து என்ன செய்வது? அதைப் பற்றி இனி யாரிடம் பேசுவது? யாரையும் எச்சரிக்கை செய்யும் வேலை எனக்கு எதற்கு? - ஊர்காவலன் குரலை இராப் பிச்சையின் குரலாக பாவித்துக் கொள்ளும். இவர்களுக்காக இனி எதற்கு குரல் கொடுப்பது? ஏன் பேச வேண்டும் - பேசினாலும் கேட்காது. எனக்கு நானே எச்சரிக்கை செய்து கொண்டேன்.

“டேய் நாதா - உன் ஆத்மாவோட பேசு”

இதோ எரிமேடை வரை வந்துவிட்டேன் என்னை இறக்கி வைத்து விட்டார்கள்?

ஏற்கனவே சொன்னேனே..எரித்தால் வலிக்குமோ என்று தான் பயமாக இருக்கிறது. இதுவரை ஏற்படாத எந்த புதிய வலியை இப்போது அனுபவிக்கப் போகிறேன்? இருந்தாலும் உள்ளூர ஒரு பயம் இருக்கிறது. ஆனால் வலியின் பயத்தையும் கடந்து நான் சந்தோஷமாகத் தான் இருக்கிறேன் என்றே தோன்றுகிறது.

புதிய வகுப்பில், புதிய நோட்டு புத்தகத்தில், புதிய பேனாவில் எழுதப் போகும் குழந்தையைப்போல -

அப்படி ஒரு குதூகலம். இருக்காதா பின்னே?

என் ஆத்மா ஒரு புதிய கணக்கைத் தொடங்கப் போகிறது. என் காலத்தை யாரும் என்னிடமிருந்து அபகரிக்க முடியாத புதிய கணக்கு கால தானம் செய்யத் தேவையில்லாத, மகா லயமான கணக்கு.

கலைமகள் - அக்டோபர் 2021

மனவாசம்

அழைப்பு மணியைக் கேட்டு மிக நிதானமாக எழுந்து சென்றார் நாகராஜன்.

கதவுக்கு அப்பால் நின்றிருந்த இருவரையும் அத்தனை துல்லியமாக வியூஃபைண்டர் மூலம் பார்க்க முடியவில்லை. இருந்தாலும் அந்த உருவங்கள் மனதுக்குள் இனம் புரியாத பதற்றத்தை ஏற்படுத்தியன.

கதவைத் திறந்தவுடன் எதிரில் நின்ற இருவரும் அவரை ஆழ்ந்து ஒரு பார்வை பார்த்தார்கள். அவனுக்கு இப்போது இருபத்தி நாலு வயதிருக்கும்; அவளுக்கு இருபத்திரெண்டு வயதிருக்கும். நல்ல வளர்த்தி. ஆரோக்கியமும் - செழிப்பும் தெரிந்தது.

வாங்க என்று உள்ளே அழைப்பதா, இல்லை கதவைத் தாழிட்டுக் கொண்டு உள்ளே போய்விடுவதா என்று முடிவெடுக்க முடியாமல் அப்படியே நின்றார் நாகராஜன்.

“யாருங்க இவ்ளோ நேரமா வாசலிலேயே நிக்கறீங்க?” என்ற கற்பகத்தின் குரல் கலைத்தது.

இருவரின் பெயரைச் சொன்னாலும் கற்பகம் நொறுங்கிப்போவாள். நாகராஜன் மெதுவாக வந்து தன் மேசையை ஒட்டிய மர நாற்காலியில் உட்கார்ந்து கொண்டார்.

அவரையும் அறியாமல் கண்ணீர் வழிந்தது. "என்னங்க? ஏன் இப்படி இடிஞ்சுபோய் உட்கார்ந்துட்டீங்க" என்று கற்பகம் கேட்கவும், நாற்காலியில் அமர்ந்தவாறு கற்பகத்தின் மணிக்கட்டைப் பிடித்துக்கொண்டு அவள் உள்ளங்கைகளில் தன் முகத்தைப் புதைத்தவாறு அமைதி காத்தார் நாகராஜன். கைகளில் பிசுபிசுத்த அவர் கண்ணீரை உணர்ந்து கற்பகம் தான் இருந்த இடத்திலிருந்தே எட்டிப் பார்த்தாள். திண்ணையில் உட்கார்ந்திருந்த இருவரின் பின்பக்கமே தெரிந்தது; என்றாலும் அவர்கள் யார் என்று கற்பகத்துக்குப் புரிந்தது.

"என்ன செய்யப் போறீங்க? இப்ப எதுக்காக வந்திருக்காங்களாம்? போகச் சொல்லுங்க..." என்று அப்படியே அவர் காலருகில் தரையில் உட்கார்ந்து விட்டாள் கற்பகம்.

இருவரில் யார் முதலில் போனாலும் அடுத்தவர் பாடு திண்டாட்டம்தான் என்ற யதார்த்தம் அவர்களை நாளுக்கு நாள் உடைத்துப் போட்டிருந்தது.

"அப்போ என்னதான் செய்யப் போறீங்க."

"மனசு பாரமா இருக்கு புத்தி வேலை செய்யலை. ஒண்ணு கொடூரமா இருக்கணும்; இல்லாட்டி எல்லாத்தையும் சரிதான்னு ஏத்துக்கிட்டு மறந்துட்டு, மன்னிச்சிட்டுப் போற பக்குவமாச்சும் இருக்கணும். நடந்ததை மறக்கவும் முடியலை; கொடூரமா பேசவும் வரலை: நல்லவங்களா, தர்ம நியாயத்துக்கு கட்டுப்பட்டு இருக்கக் கூடாதோ கற்பகம்?"

நாகராஜன் கேட்கவும் அவர் காலடியில் உட்கார்ந்திருந்த கற்பகம் அப்படியே அவர் மடியில் தலைசாய்த்து விம்மி விம்மி அழுதாள்.

"நாம இங்க வந்து அவங்களை ரொம்ப கிளறிவிட்டுட்டோமோ" சாதனா கேட்கவும் கதிர் தலையசைத்தான்.

"இல்லையில்லை; என்றைக்காவது ஒருநாள் நாம இந்தச் சூழலைச் சந்திக்கணும்னு முடிவு செஞ்சுதானே இங்க வந்திருக்கோம் - இது நாம எதிர்பார்த்ததுதானே - பொறுமையா காத்திருப்போம் - அவங்களா வந்து என்ன சொல்றாங்களோ

அதன்படி நடந்துக்குவோம்” என்று மிகுந்த நிதானத்தோடு பேசினான்.

“இல்ல கதிர் - நாம வந்திருக்கக் கூடாதுன்னு நினைக்கிறேன் - இது அவங்களுக்குத் தேவையில்லாதது - நமக்கும்தான்.”

“அப்படிச் சொல்லாத சாதனா -எல்லாவற்றிலிருந்தும் தப்பித்து ஓடறது ஒண்ணும் பெரிய விஷயமில்லை - நின்னு பார்க்கணும்; நல்லதோ கெட்டதோ அவமானமோ அதைச் சந்திச்சுடணும்.”

“தப்பிச்சு ஓடறது இருக்கே” என்று வெறுப்பிலும், தன் மீதே ஒரு இகழ்ச்சியோடும் ஆவேசமாக ஒரு முறை ஓங்கிச் சொன்னான் கதிர். சாதனா அவன் கையைப் பற்றிக்கொண்டாள். “சரி சரி ஆரம்பிச்சுடாதே. உன்னோட இந்தக் குற்ற உணர்ச்சிக்காகத்தான் நான் உன்கூட இங்க வர ஒத்துக்கிட்டேன். இது நமக்குத் தேவையில்லாதது.”

“உனக்கு எந்த பொறுப்பும் இல்லைன்னு ரொம்ப சுலபமா உதறிட்டு போகுற ஒரு சௌகரியத்தை உனக்கு உன் வயசு கொடுக்கலாம் - ஆனால் அந்தச் சம்பவத்தால ஏற்பட்ட விளைவுகளுக்கு நாமும் தானே காரணம். நமக்கு அதுல பெரிய பங்கு இருக்கு. எல்லாத்தையும் விட அது நமக்கான துக்கமும் தான்னு நீ மறந்துட்டு பேசற சாதனா. அவங்க ஆத்திரம் தாங்காம நம்மை அடிச்சாக் கூட நாம புரிஞ்சுக்கணும்” என்று கதிர் சொல்லவும், சாதனா அமைதியானாள்.

“ஏதாவது ஒரு முடிவு எடுங்க” என்று கற்பகம் சொல்லவும் நாகராஜனுக்கு நடந்தவையெல்லாம் 13 வருடம் ஆகியும் ஒரு காட்சி மாறாமல் நினைவுக்கு வந்தது.

அது தீபாவளிக்கு நான்கு நாட்கள் முன்னர் ஒரு வெள்ளிக்கிழமை. தங்கள் மகள் ராதிகாவிற்கும் குழந்தைகளுக்கும் சிங்கப்பூரிலிருந்து வந்திருக்கும் மாப்பிள்ளை சேகருக்கும் துணிமணி எடுத்துக் கொண்டு வீடு வந்து சேர இரவு ஒன்பது மணிக்கு மேல் ஆகியிருந்தது.

அசதியில் ஆழ்ந்து தூங்கிவிட பக்கத்து வீட்டு ஞானவேல் காலையில் வந்து படபடவென கதவைத் தட்ட. “என்னா

ஞானம் - இந்த நேரத்துல இப்படிக் கதவை அடிக்கிற?" என்று எழுந்து வந்தார் நாகராஜன்.

"மெட்ராஸ்லயிருந்து போன். உங்களுக்கு வந்த போனை எடுக்கவே இல்லியாமே. அதான் உங்க மாப்பிள்ளை வீட்டுல இருந்து எங்க வீட்டுக்கு போன் வந்தது. உங்களை இன்னைக்கே இப்போவே கிளம்பி சென்னைக்கு வரச் சொன்னாங்க."

"யாரு"?

"உங்க சம்மந்தியம்மா ரொம்ப பதட்டமா பேசினாங்க."

"நாகராஜனுக்கு லேசாக வயிறு கலக்கியது."

"ஞானம் நான் போன் பேசி முடிக்கிற வரை கொஞ்சம் என் கூட இரு" என்று சொல்லிக்கொண்டே போன் இருந்த மூலைக்குச் சென்று ரிசீவரைக் காதில் பொருத்தியபடி எண் பட்டன்களை அழுத்தினார்.

எதிர்முனையில் போன் அலறியது. ஒரு பத்து அலறலுக்குப் பின் மறுமுனையில் கேட்ட குரல் நாகராஜனைப் பதட்டமடையச் செய்தது.

"தாத்தா அம்மாவுக்கு தலையில பயங்கர அடி. வீடெல்லாம் ரத்தம். நீங்களும் பாட்டியும் உடனே வாங்க தாத்தா" என்று கதிர் அழுதுகொண்டே பேச, அவன் கையிலிருந்து ரிசீவரை பிடுங்கிய சம்மந்தியம்மா இந்துமதி "அதெல்லாம் பெரிசா ஒண்ணும் இல்லை சம்மந்தி. நீங்க பயப்படாம இருங்க - மேலே பரணில் இருந்த உலக்கை தவறி ராதிகா தலையில விழுந்திடுச்சி - அதுல கொஞ்சம் காயம் - ஆஸ்பத்திரிக்கு போயிருக்காங்க. கதிர் சின்னப் பிள்ளையில்லை - அதான் பயந்து அழுவுது. நீங்க புறப்பட்டு வாங்க" என்று மிக நிதானமாகப் பேசினார். நாகராஜனுக்கு ஏதோ சரியில்லை என்று உள்ளுணர்வு அசாதாரணமாகக் காட்டியது. ஞானவேலிடம் நடந்ததைச் சொல்லி எங்க கூட சென்னை வர முடியுமா ஞானம்" என்று பலவீனமாகக் கேட்டார்.

"நிச்சயம் நாகராஜ்" - ஒரு அரைமணி நேரம் எடுத்துக்கலாம்.

ஒரு கார் எடுப்போம் உடனே கிளம்புவோம் என்று ஞானவேல் துரிதமாகச் செயல்பட்டார். கற்பகத்தை ஒரு காப்பியோடு பக்குவமாய் எழுப்பினார் நாகராஜன். பிறகு நிதானமாக விஷயத்தைச் சொல்லி வேறு எதற்கும் நேரமில்லை; மற்றதெல்லாம் போகும்போது பேசிக்கொள்ளலாம் என்று அவளை சமாதானப்படுத்தினார். அடுத்த கால்மணி நேரத்தில் இருவரும் மடமடவென்று கிளம்ப வாசலில் வாடகைக் காருடன் வந்து நின்றார் ஞானவேல். சென்னையை அடைந்த பொழுது மணி ஐந்தாயிருந்தது. விருகம்பாக்கத்தில் இருந்த மகள் வீட்டுக்குப் போகும் தெருவுக்குள் நுழையும் பொழுது அங்கு போட்டிருந்த சாமியானா வயிற்றைக் கலக்கி ஏதேதோ செய்தது.

கூட்டத்தைக் கலைத்துக்கொண்டு உள்ளே போன பொழுது அவர்கள் ராதிகாவை கண்ணாடிப் பெட்டிக்குள் மட்டுமே பார்க்க முடிந்தது. நடந்துவிட்டதை நம்ப முடியாமல் கற்பகம் கதறி அழுதாள். நாகராஜன், ஞானவேலின் கைகளை இறுகப் பற்றிக் கொண்டார். “இல்ல சார் இல்ல - இல்ல ஏதோ தப்பா இருக்கு” என்று தட்டையாகப் பேசினார். சுற்றியும் கண்களைச் சுழல விட்டார். மாப்பிள்ளை சேகர் அதிர்ச்சியாக உட்கார்ந்து இருந்தான். அந்த அதிர்ச்சி அவருக்கு நம்பிக்கை தரவில்லை. சம்பந்தியம்மா நின்றிருந்த தோரணை எல்லாவற்றையும் இன்றே முடிக்கவேண்டும் என்று அவர் பதட்டத்தையே காட்டியது.

சாதனாவையும், கதிரையும் அங்கு காணவில்லை. பிள்ளைகள் எங்கே என்ற போது அதுக பயப்படுதுக; ரொம்ப அழுவுதுக; அதனால நமக்கு வேண்டியவங்க வீட்டுக்கு அனுப்பி வச்சிருக்கோம் என்று இந்துமதி சொல்லவும், நாகராஜன் அதற்குமேல் பொறுக்க முடியாமல் “அவங்க ரெண்டு பேரும் உடனடியாக இங்கு வந்தாகணும்” என்று உச்சக் குரலில் கத்தினார்.

அவங்க வரும்வரை எதுவும் நடக்கக்கூடாது; மீறினால் போலீஸ் வரை போவேன் என்று கூச்சலிட்டார். அவரை அதற்குப் பின் யாரும் கட்டுப்படுத்த முடியவில்லை. இன்றைக்கு இறுதிச்

சடங்கை நாகராஜன் நடத்த விடமாட்டார் என்று புரிந்து கொண்ட சேகரும், இந்துமதியும் இந்தப் பிரச்சனையை சாதுர்யமாகக் கையாள வேண்டும் என்று முடிவு செய்தனர்.

குழந்தைகள் வந்ததும் தாத்தா நாகராஜனைக் கட்டிக்கொண்டு அழுதார்கள். சாதனாவுக்கு ஒன்பது வயது; கதிரவனுக்கு பதினொரு வயது. கூட்டத்தில் வைத்து நாகராஜ் அவர்களை எந்தக் கேள்வியும் கேட்கவில்லை. அடுத்து சில மணி நேரம் அவர்களைத் தன் மடியிலேயே உட்கார வைத்துக் கொண்டார்.

தாத்தா - என்று நினைத்து நினைத்து அழுதான் கதிரவன். மறுநாள்தான் இறுதிச் சடங்கு என்று தெரிந்ததும் வந்தவர்களில் பலரும் நகர்ந்துவிட்டார்கள். கதிரை தன்னோடு தூக்கிச் செல்ல சேகர் வந்தபோது, நான் வரமாட்டேன் என்று அடம் பிடித்தான். அவன் கையைப் பிடித்துக்கொண்டு சாதனாவும் போக மறுத்தாள். கற்பகமும் நாகராஜனும் “பரவாயில்லை எங்க கூடத்தான் இருக்கட்டும் - குழந்தைகள் ரொம்ப பயந்தும் ஒடுஞ்சும் போயிருக்காங்க” எனவும்,

“எல்லாம் எங்களுக்கும் தெரியும்; அதுக இந்த வீட்டு வாரிசு” என்று தேவையில்லாமல் இடைப் புகுந்த சம்மந்தியம்மா காரணமேயில்லாமல் கோபப்பட்டாள். அவள் கோபத்தில் பயம் அப்பியிருந்தது.

நாகராஜன் பிடிவாதமாகவும் கறாராகவும் பேசினார். சம்பந்தியம்மா - பிள்ளைங்க விஷயத்துல அமைதியா இருங்க; சொல்லிவிட்டேன் என்றார். விஷயம் விபரீதமாகக் கூடாது என்ற கவலையில் விடும்மா என்று அவரைச் சமாதானப் படுத்தினான் சேகர்.

தாத்தா பாத்ரூம் போகவேண்டும் என்றான் கதிரவன். அவனை பின்பக்கம் அழைத்துப் போனபோது, “தாத்தா அப்பா தான் உலக்கையால் அம்மாவை தலையில் அடித்தார்; அம்மா அப்படியே தரையில் விழுந்துடுச்சு. தலையெல்லாம் ரத்தம். பாப்பாவும் நானும் அழுதோம். எங்கள இங்கேயிருந்து அனுப்பிட்டாங்க” என்றான் ரகசியமாக.

“அப்பாவுக்கும், அம்மாவுக்கும் இடையில சண்டை ஏதாச்சும் நடந்துச்சாப்பா?”

“காலைல அம்மா இனி பாட்டியோட இருக்கமாட்டேன். ஒண்ணா சிங்கப்பூர்ல இருப்போம் - இல்ல எங்க ரெண்டு பேரையும் அழைச்சுக்கிட்டு கும்பகோணம் வந்து உங்க வீட்டுல இருக்கேன்னு சொல்லிச்சு. அப்பா பக்கத்துல இருந்த உலக்கையை எடுத்து அம்மா தலையில் அடிச்சுட்டார்” என்று அழுதான்.

இரவு நடுநிசியில் நாகராஜன் ஞானவேலோடும், கதிரவனோடும் யாருக்கும் தெரியாமல் வீட்டிலிருந்து வெளியேறினார். மூவரையும் காணாமல் வீடு அல்லோகல்லோலப்பட்டது. அவர்களை காணவில்லை என்று புகார் கொடுத்தாலும் பிரச்சனையாகும் என்று சேகர் பயந்தான். கற்பகத்தைப் பலவாறு வற்புறுத்தி நாகராஜன் எங்கே போனார் என்று கேட்டான். ஆனால் உண்மையில் கற்பகத்திற்கே அது புதிராக இருந்தது. காலை சுமார் பத்து மணியளவில் வீட்டு வாசலில் போலீஸ் வந்து நின்றபோது சேகருக்கு எல்லாமே புரிந்துவிட்டது.

சேகர் கைதாகிப் போகவும் நாகராஜன் தன் மகளின் உடலை சடலக் கூறாய்விற்கு போலீசிடம் ஒப்படைத்து காவல் நிலையத்தில் புகார், வாக்குமூலம் என்று பின்பற்ற வேண்டிய அத்தனை நடைமுறைகளையும் பின்பற்றி திங்கள் மதியத்திற்கு மேல் மகளின் உடலைப் பெற்றுக்கொண்டார். ஒரு நாள் என்று புறப்பட்ட நகராஜூம், கற்பகமும், ஞானவேலுவும் நான்கு நாள் கழித்து குழந்தைகளோடு ராதிகாவின் உடலையும் சுமந்து கொண்டு கும்பகோணம் வந்து தகனத்தை முடித்தார்கள்.

அதற்குப் பின்தான் பிரச்சனை தொடங்கியது.

குழந்தைகளின் பள்ளிக்கூடப் படிப்பைக் கருதி கும்பகோணத்தை விட்டு சென்னைக்கு நாகராஜனும், கற்பகமும் குடிபெயர்ந்தார்கள். பூர்விக வீட்டை பூட்டிவிட்டு இனி எதிர்காலமே இந்தக் குழந்தைகளை வளர்ப்பதுதான். அதுதான் மகளுக்குச் செய்ய வேண்டிய மிகப் பெரிய பங்களிப்பு என்று நம்பினார்கள்.

குழந்தைகளைப் பள்ளிக்கூடம் கொண்டு விட்டு தானே கூட்டி வரும் வேலையைத் தன் அறுபத்தைந்து வயதுக்கு மேல் இப்படியொரு சூழலில் செய்ய நேரும் என்று நாகராஜன் நினைத்துப் பார்க்கவேயில்லை. ஆனால் இவையெல்லாம் நடந்தே விட்டது.

ராதிகா இறந்து 90 நாட்கள் கழித்து சேகர் பெயிலில் வெளியே வந்துவிட்டான். வீடு தேடி பிள்ளைகளைப் பார்க்க வரவும் நாகராஜனும், கற்பகமும் அவனை உள்ளே அனுமதிக்கவே இல்லை. "போதும் போதும்"- போய்விடு என்று நாகராஜன் சேகரிடம் கையெடுத்துக் கும்பிட்டார். அடுத்த இரண்டு மாதத்திற்குள் முழுப்பரிட்சை வர இருந்தது. சேகர் அடிக்கடி வீட்டுக்கு வந்து பிள்ளைகளைப் பார்க்கவேண்டும் என பிரச்னை செய்தான். அவனை எதிர்கொள்வது நாகராஜனுக்கும், கற்பகத்திற்கும் சவாலாகவே மாறியது. பெரிய பரிட்சை முடிந்த மறுநாள் வீட்டை காலி செய்து கொண்டு குழந்தைகளோடு கும்பகோணத்திற்கே திரும்பப் போனார்கள். நாகராஜன் போஸ்ட் மாஸ்டராக இருந்து ஓய்வு பெற்றவர். தன் நன்மதிப்பைக் கொண்டு இரண்டு குழந்தைகளையும் நல்ல பள்ளிக்கூடத்தில் சேர்த்தார். (ஓய்வு என்று சாய நினைத்த நேரத்தில் ஓட வேண்டிய சூழல். நாகராஜன் மிகுந்த மன உறுதியோடு அதை எதிர்கொண்டார்).

"சார் தபால்" என்பது அவருக்கு மிகவும் பரிச்சயமானது தான். ஆனால் அன்று வந்த கடிதம் ஒரு வக்கீலிடமிருந்து வந்திருந்தது. குழந்தைகளைத் திரும்பக் கேட்டு சேகர் வழக்குப் போட்டிருந்தான்.

"அதெப்படி மனைவியைக் கொலை செய்தவன் கையில் பிள்ளையைக் கொடுக்க முடியும்" என்று தன் வக்கீலின் முன் கோபமும், ஆத்திரமும் பொங்க பேசினார் நாகராஜன். "அதெல்லாம் ஒண்ணும் கவலைப்படாதீங்க சார். சேகர் ஒருபோதும் குழந்தையைத் திரும்ப வாங்கவே முடியாது" என்று உறுதியளித்தார் வக்கீல் ராமன். நாகராஜன் நம்பினார்.

குழந்தைகளை நீதிமன்றம் நியமிக்கும் ஒரு வக்கீல் முன்னிலையிலா

வது பார்க்க விடுங்கள் என்று சேகர் கேட்டபோது, அதைக் கடுமையாக எதிர்த்தார் நாகராஜனின் வக்கீல் ராமன்.

நாங்கதான் நீதிமன்றம் மூலமா ஒரு அட்வகேட் கமிஷனரை நியமிக்கிறோமே; அவர்கள் முன்னாடி குழந்தைகளைப் பார்த்தால் என்ன தப்பு? என்ன பிரச்சனை வந்துவிடப்போகிறது என்று நீதிபதி கேட்க, வக்கீல் ராமன் விடாது வாதிட்டார்.

ஆனால் ஒன்றும் நடக்கவில்லை. ஒரு அட்வகேட் கமிஷனர் முன் குழந்தைகளை வாரத்துக்கு ஒரு முறை நான்கு மணி நேரம் பார்க்க சேகருக்கு அனுமதி கிடைத்தது. நான்கு மணிநேரம் பிறகு ஆறு மணிநேரமாக உயர்த்தப்பட்டது.

அதன்பின் பிள்ளைகள் சற்றே மாறுபட்டு நடக்கத் தொடங்கினார்கள். "கும்பகோணத்துல படிக்கறது நல்லதா? சிங்கப்பூர்ல படிக்கறது நல்லதா தாத்தா?" என்று கதிரவன் முதல் முறையாகக் கேட்ட பொழுது; கதிர் மனதுக்குள் ஒரு துளி விஷம் கலக்கப்பட்டுவிட்டது என்று புரிந்துகொண்டார் நாகராஜன்.

அடுத்த இரண்டு மாதங்களுக்குள் "எங்களுக்கு சென்னையில் படிக்கத் தான் பிடிக்குது - இந்த ஊர் பிடிக்கலை" என்பதில் தொடங்கி நாளுக்கு நாள் இந்த ஊர் பிரச்சனை பெரிதாகிக் கடைசியில் ஒரு நாள் கதிரவன் நாகராஜனிடம் "தாத்தா நாங்க எங்க அப்பா கிட்டயே போறோம் தாத்தா" என்றபோது அழுவதா ஆத்திரப்படுவதா என்று அவருக்கு புரியவில்லை. ஒரே மகளை இழந்த துயரம் ஒரு புறம்; ஓய்வுக் காலத்தில் ஓடியாடி இந்தப் பிள்ளைகளைப் பாதுகாக்கப் பட்டபாடு மறுபுறம்; மகளின் கொலைவழக்கு மற்றொருபுறம்; இதற்கிடையில் கதிரவன் சொன்ன வார்த்தைகள் நாகராஜனுக்கு வாழ்க்கையே அர்த்தமற்றதாக்கியது.

"உங்க அம்மாவைக் கொலை செய்தவர்டா உங்க அப்பா."

துக்கம் தாங்காமல் நாகராஜன் கதிரவனைப் பார்த்து அதட்டும் விதமாகப் பேசினார்.

“யார் சொன்னாங்க.”

“நீதானே சொன்ன?”

“என்கிட்ட -போலிஸ்கிட்ட எல்லார்கிட்டயும்.” -

தாத்தா - என்ன எங்கப்பாகிட்ட போகவிடு. இல்லைன்னா நீ தூங்கும்போது கதவைத் திறந்துகிட்டு நானும் பாப்பாவும் வீட்டை விட்டு ஓடிடுவோம் என்று தன் வயதுக்குப் பொருத்தமற்ற வார்த்தைகளைப் பேசினான் கதிரவன்; பேச வைக்கப்பட்டிருந்தான். அப்பாவுடனான சந்திப்புகளில் சிங்கப்பூர் வாழ்க்கையைப் பற்றிய ஆசைகளையும், எதிர்பார்ப்புகளையும் அவன் மனதில் சேகர் ஆழ ஊற்றிவிட்டான் என்பது நாகராஜனுக்குப் புரிந்துபோனது.

“உங்க அம்மா வழக்குல சாட்சி சொல்லிட்டு அதுக்குப் பிறகு போயேன் கதிரவா” என்று நயமாகப் பேசிப் பார்த்தார் நாகராஜன்.

“நான் சாட்சி எல்லாம் சொல்லமாட்டேன். அப்படியே சொல்லச் சொல்லி என்னைக் கட்டாயப்படுத்தினா, நீதான் அப்படிச் சொல்லச் சொன்னேன்னு சொல்வேன்.”

ஒரு துளியல்ல கதிரவன் மனதில் மொத்த விஷமும் கலக்கப்பட்டு விட்டது என்று புரிந்துகொண்டார் நாகராஜன்.

பிள்ளைகள அவங்க அப்பா சேகர் கிட்டவே ஒப்படைச்சுடுவோம் ராமன் சார் என்று நாகராஜன் சொன்னபோது அட்வகேட் ராமன் திடுக்கிட்டார்.

“ஏன்- ஏன்? உங்களால அலைய முடியலையா?”

“உங்க மகள் கொலை வழக்கும் சேகருக்கு சாதகமா போயிடும் நாகராஜன் சார்.”

“போகட்டும் போகட்டும் எல்லாம் என் தலையெழுத்து என்பதாக சைகையில் சொன்னார் நாகராஜன்.”

“யாராவது உங்களை மிரட்டுனாங்களா சார்?”

“இல்லை - இல்லை - ப்ளீஸ் - ராமன் சார்.” -

“என் மகள் செத்துட்டா - அது மட்டுமே நிஜம்- மத்த எல்லாம் இங்கே பொய்யா இருக்கு - இந்த ஆட்டத்தை ஆட நிறைய சூதுவாது வேணும் ராமன் சார். நாங்க ரொம்ப சாதாரண மனிதர்கள். சட்டத்துக்குப் பயந்தவர்கள். இது மீறுபவர்களுக்கான உலகம்; அடங்குபவர்களுக்கானது இல்ல சார். ப்ளீஸ் பிரச்சனை இல்லாமல் குழந்தைகளை சேகரிடம் ஒப்படைச்சு இந்த வழக்கை முடிச்சுடுங்க -ப்ளீஸ்” கையெடுத்துக் கும்பிட்ட நாகராஜனை எதுவும் செய்யமுடியாமல் தவித்தார் ராமன்.

அது ஏன் நல்லவர்களுக்கு வழக்கு நடத்தும்போது மட்டும் சொல்லிவைத்தாற்போல் அது எங்கோ தோற்றுவிடுகிறது என்று ராமனை ஒரு ஆழ்ந்த கேள்வி அரித்துத் தின்றது. தன்னிடம் நாகராஜன் கொடுத்த ஃபீஸ் தொகையை எடுத்து அவர் கையில் திரும்ப கொடுத்தபோது அவர் அதை வாங்க மறுத்து விட்டார். “யாரவது ஒரு ஏழை நியாயமான கேஸ் நடத்த வருவாங்க. அவங்களுக்கு இந்த பணத்தை வைத்துக் கொண்டு கேஸ் நடத்துங்க ராமன். உங்கள் மீது ஒரு குறையும் இல்லை. நான் கேட்டதை மட்டும் செஞ்சுடுங்க.”

நாகராஜன் வெளியேறிய பொழுது, இந்தப் பொழப்பையே மூட்டைகட்டிடலாமா என்று ராமனுக்குள் ஒரு பெரிய வெறுமை ஏற்பட்டது.

குழந்தைகள் சேகரிடம் போய்ச் சேர்ந்தார்கள். கொலை வழக்கில் சேகருக்கு விடுதலை கிடைத்தது. பிள்ளைகளோடு மீண்டும் சிங்கப்பூருக்கே சேகர் போய்விட்டான்.

இதோ பதின்மூன்று ஆண்டுகள் கழித்து கதிரவனும், சாதனாவும் வீட்டு வாசலில் திண்ணையில் வந்து உட்கார்ந்திருக்கிறார்கள்.

“எதற்கு?”

“எதற்காக இருந்தால் என்ன?”

“என் மகள் ராதிகா செத்துவிட்டாள் - அது மட்டுமே நிஜம்.

மற்ற எதுவும் நிஜமில்லை” என்றே நாகராஜனுக்குத் தோன்றியது.

“ஒண்ணா அவங்களை வரச் சொல்லுங்க - இல்ல போகச் சொல்லுங்க” என்று கற்பகம் அவர் தோள்களைப் பிடித்து உலுக்கினாள்.

“ஆங்” என்று நினைவுகளிலிருந்து விடுபட்டார் நாகராஜன்.

“ஏதாவது ஒரு முடிவு எடுங்க” கற்பகம் உடைந்து அழுதாள்.

அவளைத் தேற்ற முடியாமல் நாகராஜனும் அழுதார்.

யாருடைய அனுமதிக்கும் அதற்கு மேல் காத்திருக்காமல் சாதனாவும், கதிரவனும் உள்ளே வந்தார்கள்.

“தாத்தா” என்றான் கதிரவன் - “நாங்க செஞ்சது இல்லையில்லை - நான் செஞ்சது ரொம்ப தப்பு; இறந்தது எங்க அம்மாவும்தான். நாங்க அவுங்களுக்கே நியாயம் செய்யல. என் வயசு அப்படி. இப்போ நடந்ததை நினைச்சு ரொம்ப அறுக்குது. உங்க கூட இருக்கலாம்னு முடிவு செஞ்சு உங்க அனுமதி கேட்கத்தான் வந்தோம்.-

“ப்ளீஸ் தாத்தா - ப்ளீஸ்.”

“உங்க மேலே எனக்கு வந்த வருத்தமும் இல்லப்பா” என் மகளை சாகக் கொடுத்தது கூட வலிக்கலை; ஆனா ஆசை வலையை விரிச்சு பிள்ளை பிடிக்கிற வேலையை பெத்தவங்களே செய்ய ஆரம்பிச்சிட்டாங்களே - அந்த சத்தியத்தோட சாவை நினைச்சுத்தான் நான் அழுதுகிட்டே இருக்கேன். என் மன்னிப்போ இல்லை நீங்க எங்ககூட இனிமே இருக்கறதோ நடந்த எதையும் மாற்றாதுப்பா; எதையுமே மாற்றாது - எங்க மனசும் ஆறாது.”-

“எங்க அப்பாவுக்கு தண்டனை கிடைச்சிருந்தா உங்க மனசு ஆறியிருக்குமா தாத்தா.”-

“அப்படி இல்லப்பா - தப்பு செஞ்சா தண்டனை கிடைக்கும்னு ஒரு எண்ணமே இல்லாம போயிட்டா அப்புறம் இங்கு எந்த உண்மையும், சத்தியமும், தர்மமும் நிலைக்காதுப்பா. உங்க

அப்பாவுக்கு தண்டனை கிடைச்சிருந்தாலும் என் மகள், அதுதான் நீ சொன்னியே உங்க அம்மா - அவ எனக்கும் கிடைச்சிருக்க மாட்டா - உனக்கும் கிடைச்சிருக்கு மாட்டா. ஆனா, நம்மை யாரும் இயற்கைக்கு மாறா இந்த உலகத்தவிட்டு அனுப்பிட முடியாதுன்னு உங்க அம்மாவைப் போல இங்க இருக்கிற ஒவ்வொரு உயிருக்கும் ஒரு நம்பிக்கை இருக்குல்ல?- அப்படி செஞ்சா அவங்களைக் கேட்க சட்டம் இருக்குன்னு ஒரு நம்பிக்கை இருக்குல்ல? அது எங்க வாழ்க்கைல இல்லாமயே போச்சுப்பா."

"ஹூம் மன்னிப்பு - தண்டனை இதையெல்லாம் தாண்டி அநீதி தர்ற வலி இருக்கே, அது ஆத்த முடியாத வலிப்பா" என்று நாகராஜன் சொன்னபோது கதிரவன் நிலைகுலைந்து போனான்.

தன் தாத்தாவையும், பாட்டியையும் கையெடுத்து கும்பிட்டான்.

அவர்களே மன்னித்தாலும் தன்னைத் தானே எப்படி மன்னித்துக் கொள்வது என்ற கேள்வி அவனை ஆழக் குடைந்தது. இந்த மனதோடு இனி தான் எங்கு போய் எப்படி வசிப்பது என்ற கவலை இருள் அவனை அப்பிக்கொண்டது.

சாதனாவை அழைத்துக்கொண்டு அங்கிருந்து வெளியேறிபோது தாத்தாவின் வீட்டுத் திண்ணையை மற்றுமொரு முறை பார்த்தான். தன் அம்மா கடைசியாக அங்கு கிடத்தப்பட்ட ஞாபகம் மங்கலாய்த் தோன்றி மறைந்தது.

அம்மாவிடம் கூட மன்னிப்பு கேட்க முடியாது என்று நினைத்துக்கொண்டே தன் மனதைச் சுமந்தபடி கதிர் நடக்கத் தொடங்கினான்.

கலைமகள் - நவம்பர் 2021

பட்டாபிராம் ரயிலடி

சாம்பல்பூவைத் தெரியுமா? முழு வரட்டியை ஒடிக்காமல் விறகடுப்பில் வைத்து நெருப்பு அணைந்தும் உதிராமல் முழுவட்டமாய் தணலுக்கு மேல் மிக அமைதியாய் வீற்றிருக்கும் சாம்பல்பூ. முழுவதும் எரிந்து தீராத விறகுக் கட்டைகளை அடுப்பிலிருந்து அப்படியே லாகவமாய் வெளியே இழுக்க அதன் மேல் பல்லக்கில் அமர்ந்து வரும் ஒரு இளவரசியைப் போல புன்னகைத்தபடி வரும் சாம்பல்பூ. என்னவானாலும் அது விண்டு போய் விடக் கூடாது என்பதில் ஒரு ஓவியன் தூரிகையை மேலும் கீழும் இழுக்கும் கவனத்தோடு சாம்பல் பூவை தாங்கியிருக்கும் விறகுக் கட்டையை விரித்து முறத்தில் கிடத்தும்போது அது ஒரு குட்டி அக்காளின் மடியில் கிடத்தப்படும் சின்னத் தம்பி பாப்பாவைப் போலச் சிரித்தபடி அந்த முறத்தில் மொத்தமாய் பதவிசாய் அமர்ந்துகொள்ளும். "ஆஷ்" என்ற வாசனைத் திரவத்தின் பெயரைப் படித்ததும் மலர்விழிக்கு சாம்பல்பூவைப் பற்றிய சிறுவயது ஞாபகங்கள்

அப்படியே கிளர்ந்தெழுந்து வந்தன. அந்தப் பெயருக்காகவே அந்த வாசனைத் திரவத்தை வாங்கிக்கொண்டு வீட்டுக்கு வந்தபோது, அது என்னவிதமான வாசம் தரும் என்ற ஒரு குறுகுறுப்பு இருந்துகொண்டே தான் இருந்தது. மாதிரிக்கு வைக்கப்பட்டிருந்த அந்த எழிலான குப்பியிலிருந்து அது என்ன வாசனை என்பதை கடையிலேயே தெரிந்துகொண்டிருக்க முடியும் தான். என்றபோதும், அந்த காத்திருப்பின் கண நேரச் சிலிர்ப்பைத் தொடரவே மனம் விரும்பியது.

முகம் கழுவி உடை மாற்றி மகள் கவிதாவோடு டின்னரை முடித்துக்கொண்டு மலர் தன் அறைக்கு வந்தாள்.

“ஆஷ்” என்ற வாசனைத் திரவத்தைப் பார்த்ததிலிருந்து மரகதத்தின் நினைவாகவே இருந்தது. செல்பேசியில் மரகதத்தின் எண்ணை எடுத்தாள். மணி இரவு ஒன்பதரை இந்நேரம் அழைத்தால் தொல்லையாக இருக்குமோ?

“ஹாய் - என்ன பண்ற” கேட்டவாறு நுழைந்தாள் மகள் கவிதா.

“இல்ல - ஒரு போன் பண்ணலாமா வேணாமானு யோசிச்சுக்கிட்டுருக்கேன்.”

“மிஸ்டு கால் கொடு; அவங்களுக்கு முடிஞ்சா எடுக்கப் போறாங்க.”

“சரிதான் கவி" என்றபடி மரகதத்தின் எண்ணை அழுத்தினாள். முதல் ரிங்கிலேயே,

“ஹலோ” என்று மரகதத்தின் குரல் ஒலித்தது.

“மரகதம் எப்படி இருக்கே? மலர் பேசறேன்.”

“நல்லா இருக்கேன்பா நீ எப்படி இருக்கே?”

"நல்லாருக்கேன், இந்த இருபத்தி நாலாம் தேதி நம்ம ஸ்கூல் செட்ல எல்லோரும் சந்திக்கிறோம். பள்ளிக்கூட மைதானத்துலயே சந்திக்க ஏற்பாடு செஞ்சிருக்கு. சாயங்காலம் ஐந்து மணிக்கு மீட் -டின்னர்-திரும்பப் போக வசதியா

எல்லாருக்கும் வண்டி கூட ஏற்பாடு பண்ணியிருக்கோம். உனக்குக் கூட லெட்டர் அனுப்பிச்சோம். வந்திருக்குமே."

ஒரு மௌனத்திற்குப் பிறகு "மலர் நான் வரலை. எனக்கு சரியா இருக்காது."

"ஏன்? ஒண்ணாங் கிளாஸ்ல இருந்து சேர்ந்து படிச்ச அதே கூட்டம் தானே... மரகதம் வர்றதுல என்ன பிரச்சினை உனக்கு?"

"இல்ல மலர், வேணாம் இதெதுவும் எனக்கு சரியா வராது. இன்னொரு சந்தர்ப்பத்துல..." சொல்லிக்கொண்டிருக்கும் போதே மரகதத்தின் குரல் ஆழ்ந்து உடைவது தெரிந்தது.

தன் கணிப்பின்படிதான் அவள் பேசுகிறாள் என்பது தெரிந்ததும் மலருக்கு மனம் பாரமாயிற்று. இதிலிருந்து இவளை எப்படி வெளியே கொண்டு வருவது என்று யோசித்தாள்.

"சரி கூட்டம் வேணாம். என்னையாச்சும் பார்க்க வருவேல்ல நீ?" என்று தன் அடுத்த அஸ்திரத்தை வீசினாள். மரகதம் பதிலைத் தனக்குள் உண்டு பண்ணிக் கொண்டிருக்க, அந்த இடைவெளி போதுமாய் இருந்தது மலருக்கு.

"உனக்கு என்னைப் பார்க்க வர்றது சிரமம்னா நான் வரேன். உன் வீட்டுக்கு வரேன் மரகதம். எப்போன்னு சொல்லு?"

இதற்கு குன்றிய குரலில் "உன்னை வான்னு சொல்றதுக்கேத்தாப்ல என் வீடு இல்லை மலர்" என்றவள் சட்டென்று தனக்குள் சரிசெய்து கொண்டவளாய், "நாம எங்கனா வெளில பார்க்கலாமேப்பா நாளைக்கு சனிக்கிழமைதான் பார்ப்போமா" என்றாள்.

எங்கே பார்க்கறது என்று மலர் தொடங்கும்போதே பட்டாபிராம் ஸ்டேஷனுக்கு வந்துர்றியா மலர் என்றாள்.அவள் குரலில் மின்னலின் உட்புறக் கணங்களைப் போல் பல உணர்வுகள் கூடி மறைவதை உணர்ந்த மலர் "சரி மரகதம். நாளைக்கு சாயந்திரம் அஞ்சு மணிக்கு பட்டாபிராம் ஸ்டேஷன்ல பார்க்கலாம் சரியா" என்று வைத்தாள்.

பக்கத்திலேயே அமர்ந்துகொண்டு செல்போனை நிமிண்டிக் கொண்டிருந்த கவிதா எனி ப்ராப்ளம்மா என்றாள்.

ச்சீச்சீ ஃப்ரெண்டும்மா என்ன ப்ராப்ளம் என்றவளிடம் யார் அந்த மரகதம் சொல்லு என்று போலிக் கோபக் குரலில் கேட்டுவிட்டுச் சிரித்தாள் கவிதா.

நீ தூங்கு கவி. அது வெறும் பேர் இல்லை. பெரிய கதை. உனக்குச் சொல்றதுக்கு இன்னொரு தடவை அந்தக் கதையை நாங்க எல்லாரும் வாழ்ந்தாகணும்" என்றவள் சட்டென்று கலங்கும் கண்களால் எங்கோ பார்த்தாள். மலர்விழியின் வலக்கரத்தை ஆதுரமாய்ப் பற்றிக் கொண்ட கவிதா "இந்த பாரும்மா கதையைச் சொல்லு முன்னே ஏன் கண்ணு கலங்குது? எனக்கும் தூக்கம் வராது உன்னை இப்டியே விட முடியாதில்ல..? சொல்லு மரகதத்தோட கதையைச் சொல்லேன்" என்று செல்லக் குரலில் அதட்டினாள். அவள் விடமாட்டாள் என்பது தெரிந்த பிறகு விவாதிப்பதே இல்லை மலர்.

சொல்றேன் என்றாள். அன்றைய இரவுத் துயிலுக்கு இருவரும் தயாராகிப் படுக்கைக்கு வந்தார்கள். சொல்லு சொல்லு என்றவளின் கண்களில் கதையறியும் தாகம் தெரிந்தது. மலர்விழியின் குரலில் அடித்துப் பெய்யும் மாமழை ஒன்றின் ஈரம். கவி அவளருகே படுத்துக்கொண்டு மலரின் மேல் தன் வலக்கரத்தைக் குழந்தை போல் சுற்றி அணைத்துக் கொண்டாள்.

"மரகதம் - எனக்கு அவளை நினைக்கும்போது எல்லாம் எங்க அம்மா ஞாபகம்தான் வரும். இப்ப நினைச்சாலும் வியப்பாத்தான் இருக்கு."

"அம்மா நெனப்பா..?"

"அப்படித்தான் கவி- எல்லாத்துக்கும் காரணம் இருக்கணுமா என்ன? மரகதம் வாழ்க்கைக்கும் காரணமில்லைதான்."

"புரியலை...?"

வாழ்க்கையில் சில பேருக்கு எல்லாமே சுலபமா எளிமையா கிடைச்சிடும். மேலே மேலே போய்க்கிட்டே இருப்பாங்க - சில

பேர் உழைப்பாங்க - அதற்கு பாதகமில்லாத ஒரு சமமான வாழ்க்கையாவது கிடைக்கும். இன்னும் சில பேருக்கு ஏனோ தெரியவில்லை, கண்ணெதிரே இரத்தமும் சதையுமான அவர்கள் உழைக்கிற உழைப்பைப் பார்க்கவே நமக்கே வலிக்கும் - ஹூம் - பலன்? புறப்பட்ட இடத்திலேயே நின்னுகிட்டிருப்பாங்க, அவங்க தகுதி, திறமை, உழைப்பு இதெதுக்கும் கொஞ்சமும் கருணைகாட்டாத வாழ்க்கை அவங்களை மேலும் மேலும் கீழே பிடித்து இழுக்கும். வாழ்க்கையின் இந்த விநோத சித்திரத்தை வியப்பதா, வெறுப்பதா, சபிப்பதா என்று புரியாமலேயே கடக்க வேண்டியிருக்கிறது.

மலர் சொல்லிக்கொண்டிருக்கும் போதே அவள் கண்களிலிருந்து மொளுக்கென்று ஒரு சொட்டுக் கண்ணீர் தளும்பி வழிந்து விட்டது.

"ம்மா - என்ன இவ்வளவு உணர்ச்சிவசப்பட்டுக்கிட்டு"

"இல்லடா -ஏன் மரகதம் மாதிரி சிலர் வாழ்க்கை மட்டும் எப்பவுமே கஷ்டத்துலயும் தோல்விலேயும்"...

"சரிம்மா ரிலாக்ஸ்" என்று அவள் கண்களைத் துடைத்துவிட்டு முகத்தையே பார்த்தாள்.

"எங்க பள்ளிக்கூட வகுப்புல படிச்ச எல்லோரும் மறுபடியும் சந்திக்கிறோம். ரீ யூனியன் மீட். அதுல மரகதமும் கலந்துக்கணும்னு ஆசைப்பட்டேன். அவ வரமுடியாதுன்னு மறுத்துட்டா".

"ஏன்?"

"ஹூம் - எட்டாவது வரைக்கும் எங்க வகுப்புக்கு மரகதம் தான் லீடர். அவ செய்யறது எல்லாமே நேர்த்தியா இருக்கும். புத்தகத்துக்கு நாங்க எல்லாரும் அப்போ ரெண்டு அட்டை போடுவோம். முதல் அட்டை ப்ரௌன் பேப்பர். அதன் மேலே வெள்ளை நியூஸ் பேப்பர் அட்டை. அரைப் பரிட்சை சமயத்துல இன்ஸ்பெக்ஷன் வர்றபோது மட்டும் மேலட்டையை எடுத்துருவோம். பளீர்னு ப்ரவுன் அட்டை சகிதம் ஆய்வு

முடியும். அவ நோட்டு கண்ல ஒத்திக்கிறாப்ல இருக்கும். அவ்ளோ அழகான கையெழுத்து. நேசிச்சுப் படிப்பா ரசிச்சு எழுதுவா. அவ நோட்டு மாதிரி அழகா இன்னிவரைக்கும் நான் யார் படிச்சு எழுதியும் பார்த்ததேயில்லை. எப்பவுமே முதல் ராங்க் மரகதம் தான். எங்கக்கா அருணா என் ராங்க் கார்டைப் பார்க்கும் போதெல்லாம் மரகதத்தைத் தாண்டி ஓடவே முடியாதா உன்னால அப்டின்னு கேட்டு என்னை வெறுப்பேத்துவா.

ஆனா கவி, எனக்கு என்னவோ மரகதம் மேலே வெறுப்பே ஏற்பட்டதில்லை. எனக்கு மரகதம் எப்பவும் ஒரு பெரிய முன் மாதிரியாத்தான் தோன்றினா.

ஒரு முறை எங்க நாலாம் வகுப்பு டீச்சர் லீவு எடுத்துட்டு போயிட்டாங்க. மரகதம் எங்க லீடர். எங்களுக்கு அவதான் எல்லா பாடத்தையும் நடத்தினா. மரகதம் தான் எங்களுக்கு டீச்சர், தோழி, வழிகாட்டி எல்லாம்.

“அம்மா - மரகதம் பெரிய இடத்துக்கு வரலைன்னு மட்டும் என்னால ஊகிக்க முடியுது. ஏன்? அவங்களா? - அவங்க குடும்பமா? கல்யாணமா? இல்லை காதல் அது இதுன்னு அவங்க திசைமாறிட்டாங்களா?”

“ஹூம் மரகதம்? - காதல்? - அதெல்லாம் அவ நெனப்புல கூட கிடையாது கவி. மரகதத்தோட அப்பா இரயில்வே அலுவலகத்துல ஒரு கடைநிலை ஊழியர். மரகதத்துக்கு இரண்டு தம்பி, ஒரு தங்கை. அவளுக்கு ஒன்பது வயது இருக்கும் போது ஏழு, அஞ்சு, மூணுன்னு, மூன்று குழந்தைகளைப் பார்த்துக்கற பொறுப்பு அவளுக்கு. எல்லா நாளுமே காலை நாலரை மணிக்கு எழுந்திடுவா. ஒரு ஒன்பது வயதுக் குழந்தை அஞ்சு பேருக்கு சோறு வடிச்சு கொழம்பு வைப்பான்னா நீ நம்புவியா? அதுவும் அவங்க வீட்டுல மின்சாரம் கிடையாது. லாந்தர் விளக்கு; விறகடுப்பு. வீட்டுல ரெண்டு மாடு இருந்திச்சு. அவங்க அம்மா பால் கறந்து பக்கத்துல உள்ள வீடுகளுக்கு ஊத்துவாங்க. மரகதம் ஏழு மணிக்குள்ளாற எல்லா வீட்டு வேலையும் செஞ்சு முடிச்சிட்டு, இருக்க பழையது எதுவோ அத சாப்பிட்டு

முடிச்சு, பாத்திரம் தொலக்கி தம்பி தங்கைகளை எழுப்பி தயார் பண்ணிட்டு, அவ புத்தகங்களைத் தூக்கிக்கிட்டு ஒரு டப்பா சாப்பாடோட பட்டாபிராமிலிருந்து ஏறி பெரம்பூர்ல இறங்கி வருவா. ஒரே ஒரு நாள் கூட அவ லேட்டா வந்ததே இல்லை. இறுக்கிப் பின்னி செகப்பு ரிப்பன் வச்சு மடிச்சு கட்டின ஜடை. இரயில்வே அலுவலகத்துல உள்ள கடைநிலை ஊழியர்களின் பிள்ளைகளுக்கு இலவசமா சீருடை தருவாங்க. கதரும் இல்லாம காட்டனும் இல்லாம ஏதோ ஒரு மொரட்டுத் தனமான காடா துணி அது. அதுல வெள்ளைச் சட்டையும், அதற்கு மேல நீல நிறத்துல கான்வென்ட் பிள்ளைகள் போடற மாதிரி உடுப்பு. அதை என்ன சொல்றது? ப்ராக் மாதிரி இல்லை கவுன் மாதிரி ஒரு சட்டை; இடுப்புல அதே துணியில ஒரு பெல்ட். மரகதம் அந்த உடுப்பைக் கூட அவ்வளவு அழகா போட்டுக்கிட்டு வருவா. ஆளு மாநிறம் என்றாலும் அப்படி ஒரு களை. கண்ணுல ஆர்வம் சிரிக்கும். மதியம் சாப்பிடும் பொழுது ஒரு பருக்கை சோறுகூட கீழே சிந்த மாட்டா. யார் சாப்பாட்டை பகிர்ந்துக்க முன்வந்தாலும் எடுத்துக்க மாட்டா. ஒரு முறை எங்கம்மா அவளுக்காகவே சேனைக் கிழங்கை வறுத்து கொடுத்தனுப்பினாங்க. 'எடுத்துக்கோடி என்று ரொம்ப கெஞ்சுனேன்'. 'இந்த ஒரு முறை மட்டும் தான்னு கண்டிப் போட எடுத்திக்கிட்டா'.

'எடுத்துக்கிட்டா என்ன தப்பு மரகதம்னு' கேட்டபோது அப்புறம் எல்லா நாளும் வாய் ருசியான சோறு கேட்கும்- எங்களுக்கு அந்த வசதி கிடையாது மலர்னு அவ சொன்ன போது மனசுக்கு ரொம்ப கஷ்டமா போயிடிச்சு."

கவிதா அம்மாவை கண்கொட்டாமல் பார்த்துக்கொண்டே இருந்தாள்.

"உங்க எல்லாருக்குமே சோறு, படிப்பு, எல்லாமே கஷ்டமாத் தான் இருந்ததாம்மா?"

"எல்லாருக்கும் ஓரளவு கஷ்டம் இருந்தது. சிலருக்கு ரொம்ப ரொம்ப கஷ்டமா இருந்தது".

"சரி; மரகதம் என்ன பிரச்சனையால பின்தங்கினாங்கம்மா?"

"ஒண்ணாம் வகுப்புலேர்ந்து பொறுப்பு சுமக்கறதுன்னா அது சாதாரண விஷயமில்லை கவி. கொழந்தையா இருக்கும் போது வறுமை கொஞ்ச நாளைக்குத் தெரியாது; ஏன்னா அது புரியாது. அது கொஞ்ச கொஞ்சமா புரியும்போது மனசெல்லாம் நைஞ்சு போயிடும். அதை மாற்றுவது அப்போதைக்கு நம் கையில இல்லைன்னு ஒரு வயசுல தெரியும்போது அந்த இயலாமை தரும் வலி இருக்கே - அது ரொம்ப கொடுமை. பசி - பசி - அதையெல்லாம் நீ புஸ்தகத்துலதான் படிச்சிருப்பே. எனக்கு அது கொஞ்சம் அனுபவமுண்டு. ஆனா நம்ம பக்கத்துல இருக்க ஒருத்தர் பசின்னு துடிக்கும்போது அதைப் பார்க்கறத விட செத்துப்போயிடறது எவ்வளவோ மேல்". சொல்லிக் கொண்டே மலர் உடைந்து அழுதாள்.

"அம்மா - அம்மா -ப்ளீஸ்..."

"இல்லடா - இல்லை இல்லை - நாம எல்லாரும் பசிக்கிற வயிறுகளைப் பற்றி பெரிசா எதுவும் கவலைப்படுவதா தெரியலை - அந்த உறுத்தல் இருந்தா நம்மைத் தவிர ரெண்டு பேருக்கு சோறு போடாம நாம சாப்பிடக் கூடாதுனு ஒரு வைராக்கியம் நமக்குள்ள இந்நேரம் வளந்துருக்கணும். இல்லையே - வெட்கமே இல்லாம தானே நாம மட்டும் சாப்பிடறோம்." உடைந்து உடைந்து மலர் அழவும் கவிக்கு என்ன செய்வதென்றே புரியவில்லை. படுத்திருந்தவள் எழுந்து உட்கார்ந்தாள்.

"அம்மா - உன்னை எது இவ்ளோ காயப்படுத்திடுச்சி - இரு மொதல்ல கொஞ்சம் தண்ணி குடி" என்று எழுந்து பக்கத்தில் இருந்த குவளையில் இருந்த தண்ணீரை ஒரு தம்ளரில் நிரப்பி கவி கொடுக்க மலர் ஒரே மடக்கில் அதைக் குடித்து முடித்தாள்.

"சாரி செல்லம் - நான் கொஞ்சம் வசமிழந்துட்டேன்"

"பரவாயில்லை - கெட் இட் அவுட்" என்றாள் கவி.

"எட்டாம் வகுப்பு வந்தவுடன் மரகதத்திற்கு குடும்ப பாரமும் வறுமையும் மிகப் பெரிதாக புரியத் தொடங்கியது. குழந்தைப் பருவத்தில் அவளுக்கு இருந்த ஒரு விதமான அறியாமையே

அவளை ஆளுமை உடையவளாய் மாற்றியிருந்தது. சமையல், தம்பி - தங்கை பராமரிப்பு, படிப்பு எதுவுமே அப்போது அவளுக்கு பாரமாக இல்லை. பதின்பருவம் அவளுக்கு எல்லாவற்றின் உக்கிரத்தையும் அறியும் முதிர்ச்சியைத் தந்தது. அதுவே அவளைக் கொஞ்சம் கொஞ்சமாகத் தின்னத் தொடங்கியது.

எல்லோரிடமும் சகஜமாகப் பேசி, சிரித்து, விளையாடி மகிழ்ந்து பாடம் சொல்லிக் கொடுத்து திரிந்தவள் சுருங்கத் தொடங்கினாள். அவள் வீட்டில் இருந்த மாடுகளும் இறந்துவிட அதனால் ஆன வருமானமும் நின்றுபோனது. அவள் அப்பாவின் சம்பளத்தில் ஆண்பிள்ளைகளைப் படிக்க வைப்பது முன்னுரிமை பெற்றது. மரகதத்தின் குழந்தைப்பருவம் எல்லோருக்காகவும் தீய்ந்து போனது யாராலும் நினைத்துக் கூடப் பார்க்கப்படவில்லை. அவரவர்களுக்கு அவர்கள் வாழ்க்கை. தான் கவனிக்கப் படவில்லை; தன் வீட்டுச் சூழலுக்கு மட்டுமே பயன்படுத்தப் பட்டிருக்கிறோம் என்பதில் மரகதம் உடைந்திருப்பாள் என நினைக்கிறேன். அவள் பேச்சு முடங்கியது; கவனம் மழுங்கியது; எப்போதும் எதையோ பறிகொடுத்தது போலவே இருக்கத் தொடங்கினாள். ஏதோ படித்தாள். எப்படியோ முடித்தாள்."

"அம்மா - உங்க ஸ்கூல்ல அப்ப கவுன்சிலிங் எல்லாம் கிடையாதாம்மா?"

"அப்படின்னா-என்னன்னே எங்களுக்கெல்லாம் தெரியாதுடா!"

"ரொம்பப் பாவம்மா...மரகதம் ஆன்ட்டிக்கு நல்ல முறையில கவுன்சிலிங் கிடைச்சிருந்தா அவங்க நொறுங்காமத் தடுத்திருக்கலாம்ல..?

ஆமாம் என்பதாக தலையாட்டினாள் மலர்.

"ஆனால் கவி - அது அப்படியாகத்தான் நடந்தது-மரகதம் ஒரு சராசரி மாணவியாக படிப்பை முடித்தாள். ஏதோ ஒரு கல்லூரியில் படித்தாள். ஒரு தனியார் கம்பெனியில் வேலைக்குப் போனாள். அவளுக்கும் கல்யாணம் என்று ஒன்று நடந்தது. வந்தவன் அவள் வாழ்க்கையில் சமையல், சாப்பாடு, பிள்ளை,

வீடு போதும் என்று அவளது இரண்டாவது இன்னிங்ஸை எழுதினான். வேலையை விட்டு விட்டு மரகதம் நூறு சதவிகிதம் வீட்டுக்குள் முடங்கினாள். தான் எந்த விதத்திலும் இதற்குக் காரணமில்லையென்றாலும், சும்மா யார் யாரோ எட்டி உதைக்க எங்கெங்கோ சென்று அடிவாங்கும் தெருக் கல்லாக மரகதத்தின் வாழ்க்கை மாறிப்போனது. தட்ஸ் ஆல் - தட்ஸ் ஆல்".

கவி மலரின் கைகளைப் பற்றிக் கொண்டாள்.

"ஓகே - ஓகே - ரிலாக்ஸ்..."

"அம்மா - நீங்க நாளைக்கு மரகதம் ஆன்ட்டியை பார்க்கப் போகையிலே நானும் வரவா?"

"வேண்டாம் கவி - அவ அதை விரும்புவாளான்னு தெரியலை."

"சரி நான் உங்களை கார்ல கூட்டிட்டு போய் விட்டுட்டு காத்துக்கிட்டு இருக்கேன். அவங்க சம்மதிச்சா நீங்க எனக்கு போன் பண்ணுங்க. நான் உள்ள வரேன்- ஓ.கே?"

"மறுநாள் மாலை சரியாக ஐந்து மணிக்கு மரகதம் பட்டாபிராம் ரயில் நிலையத்துக்கு வெளியே காத்துக்கொண்டிருந்தாள். ரயிலடிக்கு பக்கத்திலிருந்த சிறிய உடுப்பி ஓட்டலின் வாசலிலேயே மலர் காரில் இருந்து இறங்கிக் கொண்டு நீ தள்ளி நிறுத்திக்கோ கவி; நான் இந்த ஓட்டலுக்குத்தான் மரகதத்தோட வருவேன் என்று சொல்லி விட்டு நடக்கத் தொடங்கினாள்.

மரகதம் மலரைப் பார்த்ததும் மென்மையாக ஒரு புன்னகையை உதிர்த்தாள். ஏதோ வேண்டுதலுக்காக ஒரு கோயிலில் சமீபத்தில் மொட்டை போட்டிருப்பாள் போலும். முடி சற்றே வளர்ந்திருந்தது.

"ஹூம் அவளுக்கு என்ன வேண்டுதல் இருந்திருக்க முடியும்?"

மரகதம் என்று அவள் கைகளை இறுகப் பற்றிக் கொண்டாள் மலர்.

டேய் எப்படிடா இருக்கே-

நீ கொஞ்சம் கூட மாறல -

ஸ்கூல்ல பார்த்த மாதிரியே இருக்க. உன் மகள் எப்படி இருக்கா? அவ ஐ.பி.எஸ்க்கு செலக்ட் ஆகிருக்கால்ல; உன்ன மாதிரியே தைரியம் போல என்று சொல்லும்போது மரகதத்தின் கண்களில் நீர் தளும்பியது. நமக்காகத் துணிந்து நிற்க வேண்டிய தருணத்தை நாம் தவற விட்டு விடும் துயரம் வாழ்க்கையில் மிகப் பெரியது. மரகதத்தை அந்தத் துயர்தான் இப்போது அசைத்துப் பார்த்தது. சரி வா என்று அவள் கையை பற்றியபடியே இருவர் கைகளையும் கோர்த்து வீசியபடி நடந்தாள் மலர்.

உடுப்பி அசோகா பவனுக்குள் நுழைந்து இருவரும் ஒரு ஒதுக்குப்புறமான மேஜையில் அமர்ந்துகொண்டார்கள். ரெண்டு ப்ளேட் போண்டா என்று சொல்லிவிட்டு மலர் மரகதத்தை அன்போடு பார்த்தாள்.

“அப்புறம் என்றாள் மரகதம்”

“கையைக் கொடு மரகதம்.”

“சீ-என் கையில என்ன இருக்கு மலர்?”

“பரவாயில்ல கொடு என்று வம்படித்து அவள் கையை நீட்டச் சொன்னாள் மலர். மிகுந்த தயக்கத்தோடு சொரசொரப்பான தன் கைகளை நீட்டினாள் மரகதம். அப்படியே அவள் கைகளை எடுத்து தன் கைகளுக்குள் வைத்துக் கொண்ட மலர், ஏதோ ஆவேசம் வந்தவள் போல அவள் கைகளை எடுத்து ஆழமாக முகர்ந்தாள்.

“ஏய் என்ன மலர்” என்றாள் மரகதம்;

“அதே சாம்பல் வாசனை -

“அதே சாம்பல் வாசனை” -என்றாள் மலர்.

“என்ன சாம்பல் வாசனை; எந்த சாம்பல் வாசனை மலர்?”

"மரகதம் - ஒரு நாள் நாம நாலாம் வகுப்புல இருந்தபோது நம்ம டீச்சர் லீவு. அதனால நாம எல்லோரும் வெளியே போய் புளியமரத்தடியில் விளையாட ஹெட்மாஸ்டர் அனுமதி கொடுத்தார். அப்போ நீ ஒரு விளையாட்டு சொன்ன. கையை பிரிச்சுக் காட்டணும். படார்னு நீ அடிச்சவுடன் மூடிக்கணும். அப்புறம் என் விரல் மூட்டு ஐந்தையும் நீ லேசா கிள்ளிட்டு கையை மூடியபடியே திருப்பச் சொன்ன; நான் திருப்பினேன்; அப்ப இன்னொரு முறை லேசா மூடின கையைப் பட்டுன்னு தட்டிட்டு திறந்து முகர்ந்து பாரு; உனக்கு என்ன வாசனை பிடிக்குமோ அது வரும்னு நீ சொன்ன; நான் மசால் தோசைன்னு சொல்லிவிட்டு முகர்ந்து பார்த்தேன்; அப்ப அதே வாசம் வந்தது. எங்க காட்டுன்னு நீ கேட்ட. நான் காட்டினேன். உனக்கும் அதே வாசனை வந்துச்சுன்னு நீ சொன்ன. அப்புறம் உன்னை அதே மாதிரி நான் செய்யச் சொன்னேன். நீ ரொம்ப யோசிச்சுட்டு வேண்டாம்னு பிடிவாதம் பிடிச்சே. நான் சண்டை போட்டேன். கடைசியா நீ ஒத்துக்கிட்ட. நீ செஞ்ச மாதிரியே உனக்கு நான் செஞ்சேன். நீ மாம்பழம்னு சொல்லி முகர்ந்து பார்த்து ஆமாம் மாம்பழ வாசனை வருதுன்னு சொன்னே. நான் உன் கையை இழுத்து முகர்ந்தபோது சாம்பல் வாசனை தான் வந்துச்சு. நான் "ஐயோ சாம்பல் வாசனை உனக்கு மாம்பழ வாசனையான்னு" கேட்டேன். "நான் வீட்டுல பாத்திரம் தொலக்கறதுனால என் கையில எப்பவும் சாம்பல் வாசனைதான்பா வரும்னு" சொல்லிட்டு நீ ரொம்ப உடைஞ்சு போயிட்டே. நான் உன் கையை அப்படியே பிடிச்சு வலிஞ்சு மறுபடியும் அதை வாசனை பிடிச்சேன். நீ ரொம்ப கோவிச்சுக்கிட்டே. பேசமாட்டேனு சொன்ன. கடைசியா "எங்கம்மா கையில்கூட அதே சாம்பல் வாசனை தான் இருக்கும் மரகதம்; சத்தியமா சொல்றேன். எனக்கு உன் கை வாசனை எங்க அம்மா கை வாசனை மாதிரிதான்னு கெட்டியா பிடிச்சுக்கிட்டேன்" நியாபகம் இருக்கா? நீயெல்லாம் எனக்கு ஒரு முன் மாதிரி மரகதம்.

உன்னை பார்த்துத் தான் வாழ்க்கையில மத்தவங்களுக்காக எதாவது செய்யணும்னு நான் கத்துக்கிட்டேன். என் மகளோட

நோட்டு புத்தகத்துல உன் நோட்டு புத்தகத்தோட அதே அழகு இருக்கும். நீயெல்லாம் ஒரு பெரிய வழிகாட்டி; எனக்கு மட்டுமில்ல மரகதம். நம்ம வகுப்புலேயே நிறையப் பேருக்கு. நீ இரண்டாம் வகுப்புலேயே தனியா ரயிலேறி வந்த துணிச்சல் தான் என்னை வாழ்க்கையிலே ஒரு துணிச்சல்காரியா மாத்துச்சு. என் பெண்ணை போலீஸ் பணிக்கு அனுப்ப தூண்டுச்சு. இதோ இன்னும் ஒரு வாரத்தில் அவள் பயிறச்சிக்குக் கிளப்பிடுவாள். மரகதம் மலரின் கைகளைப் பற்றிக்கொண்டாள். அழுந்த அக்கைகளில் ஒரு முத்தம் கொடுத்தாள். அவளுக்குள் ஏதோ ஒரு நிம்மதி பிறந்தது அந்த முத்தத்தில் தெரிந்தது. மணி ஆறு இருபதைக் கடந்திருந்தது மரகதத்தின் முகத்தில் நேரம் பற்றிய ஒரு பதட்டம் தெரிந்தது.

“உன்னை வீட்டுல விட்டு விட்டுப் போகவா மரகதம்?”-

“வேண்டாம் - வேண்டாம் மலர்; வீடு பக்கத்துலதான் - அஞ்சு நிமிஷம் - பொடி நடையா போய்டுவேன்.”

“சரி - உனக்கு ஆட்சேபணை இல்லைன்னா என் மகளை ஒரு நிமிடம் உனக்கு அறிமுகம் செய்யலாமா?”

“ஐயோ! அவ இங்கயா இருக்கா? மொதல்ல அவள கூப்பிடு; ச்சீ - என்ன இப்படிப் பண்ணிட்ட? - அவள விட்டுட்டா நாம சாப்பிட்டோம் லூசு” என்றாள் மரகதம். ரொம்ப நெகிழும் போது மட்டும்தான் அப்படி லூசு என்ற சொல்லை அவள் உச்சரிப்பாள். அது மரகதத்தின் ஃபேவரிட் கொஞ்சல் மொழி.

“மலரின் மிஸ்ட் காலை பார்த்தவுடன் கவிதா ஹோட்டல் வாசலுக்கு காருடன் வந்து நின்றாள்.

“அதோ அவ வந்துட்டா என்று சொல்லிக்கொண்டு மரகதத்தோடு வெளியில் வந்தாள் மலர்.

காரில் இருந்து இறங்கிய கவிதாவை அண்ணாந்து பார்த்தாள் மரகதம். என்னய்யா மலர்? உங்கம்மா மாதிரி ஆறடி ஒசரம் இருப்பா போல? என்று சொல்லி நெட்டி முறித்தாள்.

“ஹாய் ஆன்ட்டி என்று கைகுலுக்க கையை நீட்டினாள் கவிதா.

மிகுந்த தயக்கத்தோடு தன் கையை நீட்டினாள் மரகதம் - கைகுலுக்கியபடியே அவள் கைகளை நிமிர்த்தி சடார் என்று வாசம் பார்த்தாள் கவிதா- அதில் மரகதம் சற்றே அதிர்ந்தாள்.

கண்களை மூடியபடி "அப்படியே எங்க பாட்டி கை வாசனை ஆன்ட்டி" என்றவள், உங்களுக்கு ஒரு சின்ன கிஃப்ட். இதுல ஒண்ணு எங்க வீட்ல இருக்கு. இன்னொண்ணு உங்களுக்குச் சொல்லிக்கொண்டே ஒரு சிறிய பரிசுப் பொட்டலத்தை அவள் கைகளில் கொடுத்தாள் கவிதா.

பொட்டலத்தைப் பிரித்தாள் மரகதம் - அதில் "ஆஷ்" என்ற பேரைத் தாங்கிய பெர்ஃப்யூம் பாட்டில் இருந்தது.

கலைமகள் - டிசம்பர் 2021

யட்சன்

மனசு முழுக்க ஹரிணி.

அம்மாவையும் மீறிவிட்டதே மனசு என்பது கூட எனக்கு வருத்தமில்லை. அது என்னையும் மீறிவிட்டதே என்பதுதான் நம்பமுடியாமல் இருக்கிறது. அவரவர்களின் இரண்டாவது முகம் அவரவர்களுக்கு அறிமுகம் ஆகும்போது அதை ஏற்றுக்கொள்ளும் பக்குவமும், பெருந்தன்மையும் எத்தனை பேருக்கு இருக்கிறது. இப்படி இரண்டாவது முகத்தைக் கழுத்துக்குள்ளேயும், முதல் முகத்தை கழுத்துக்கு மேலேயும் வைத்துக்கொண்டு வாழ்பவன்தான் நான் வஸந்த். நிதானமாக இருக்க வேண்டும், எந்தப் பெண்ணிடமும் தடுமாறி விடக்கூடாது என்று என்னை நானே பக்குவப்படுத்திக்கொண்டு வந்த காலத்தில்தான் நான் ஹரிணியைச் சந்தித்தேன். சென்னை நகரத்தின் மிக முக்கியமான அரசு மருத்துவக் கல்லூரியில் நானும் ஹரிணியும் ஒரே நேரத்தில் சேர்ந்தோம். பழவந்தாங்கல் ரயிலடியில் காலை ஏழு மணிக்கு ரயிலேறி பார்க் ரயில் நிலையத்தில் இறங்கினால் பத்து நிமிட நடை. பரஸ்பரம் புன்னகையில் தொடங்கி ஒரே ரயில் பெட்டியில் ஏறி, எதிரெதிர் இருக்கையில் அமர்ந்து என மிகச் சாதாரணமாக தொடங்கியது எங்கள் அறிமுக நாட்கள். நடுத்தர வர்க்கத்தின்

அத்தனை நெருக்கடிகளையும் கடந்து இருவரும் மருத்துவக் கல்லூரிக்குள் நுழைந்து விட்ட சின்ன சாதனை எங்களைச் சற்று பலப்படுத்தியிருந்தது. என்னைப் போலவே ஹரிணியும் மிகவும் பக்குவப்பட்டவளாக நடந்துகொண்டது அவள் மீதான ஒரு மரியாதையை ஏற்படுத்தியது. நல்ல உயரம், உறுதியான உருவம், மிதமான நிறம், ஆடம்பரமில்லாத உடை, வசீகரமான முகம், அழகு என்று சொல்வதை விட மிடுக்கு என்று சொல்லக் கூடிய தோற்றம், எல்லாவற்றையும் கடந்து அவள் கண்களில் எப்போது பனித்தபடி மிளிரும் ஒரு தன்னம்பிக்கை, அதற்குள் ஒளிந்திருக்கும் ஒரு சின்ன கர்வம் இவையெல்லாம் தான் ஹரிணியை நான் ரசிக்கத் தொடங்கிய தருணங்களில் என்னை கட்டிப்போட்டது.

ஒரு சாதாரண உரையாடலில் கூட முழுவதும் என்னைப் பேசவிட்டு ஒரு அளவான மௌனத்திற்குப் பின் தன் எண்ணத்தை இரண்டு அல்லது மூன்று வரிகளுக்குள் மிக நேர்த்தியாகச் சொல்லிவிடுவது அவள் இயல்பு. மாற்றுக் கருத்தை மறுப்பை அவள் போல் இங்கிதமாக இன்னொருவரால் சொல்லி விடமுடியாது என்றே எங்கள் ஒவ்வொரு உரையாடல்களின் முடிவிலும் எனக்குத் தோன்றியது.

நான் அவள் வசப்பட்டுவிட்டேன் என்பது எவ்வளவு உண்மையோ, அவள் ஒருபோதும் என்னை வசப்படுத்த முயற்சிக்கவில்லை என்பதும் அவ்வளவு உண்மை. வஸந்த் கண்ணியமான மாணவன். எல்லோராலும் விரும்பத்தக்கவன். கூச்ச சுபாவம் நிறைந்தவன். அதிகம் பெண்களிடம் பேசாதவன் என்பதுதான் என் முதலிரண்டு ஆண்டுகளில் என்னைப் பற்றி நான் கட்டி வைத்திருந்த பிம்பம். கல்லூரிக்குள் நுழைந்த பின்னர் ஹரிணியிடம் கூட நான் பேசுவதில்லை. அதுவே என் இயல்பு என்பதாக அவள் புரிந்துகொண்டாளா தெரியவில்லை. எனக்கு எல்லாமே ஒரு திட்டத்துக்குள், ஒரு ஒழுங்குக்குள் வைத்துப் பழகிவிட்டது. படிப்பு, உடற்பயிற்சி, இசை ரசனை, விளையாட்டு எல்லாமே ஒரு நேர நிர்ணயப்படி வாழ்ந்து பழகிவிட்டேன். இது குறித்து ஒரு சின்னப் பெருமையும்,

கர்வமும் எனக்கு இருக்கத்தான் செய்தது. காலை நாலு மணிக்குப் பிறகு நான் தூங்கியதே இல்லை; உடற்பயிற்சி, குளியல் எல்லாம் ஐந்தரைக்குள் முடித்து படிப்பு, பின்னர் பள்ளிக்கோ, கல்லூரிக்கோ கிளம்பும் நேரத்தில் கொஞ்சமே ஆனாலும் பாட்டு, அளவான உணவு, புகை, மது எதையும் பரிட்சித்தும் பார்க்கத் தோன்றாத மனம், என் உடைகளை நானே தோய்த்து, தேய்த்து சுடச்சுட சட்டை அணியும் என் பழக்கம், இவை எல்லாம் கூடிய என்னைக் குறித்த ஒரு நிறைவு எனக்கு இருக்கத்தான் செய்தது. அது எனக்குள் ஒரு பெரிய தன்னம்பிக்கையை வளர்த்ததாகவே நான் எண்ணினேன்.

ஹரிணி ஆழமானவள் என்றாலும் ரசனைக்குக் குறைவில்லை. இயல்பாக எங்கள் வயதுக்குரிய கேலிகளையும் சேட்டைகளையும் வெறுத்ததோ, புறம்தள்ளியதோ இல்லை. ஹரிணி அபாரமாக பாடக் கூடியவள் என்பதை ஒரு காலை நேரப் பயணத்தில் புரிந்து கொண்டேன். எங்கள் மின்சார ரயில் சைதாப்பேட்டையில் நின்றபோது ஒரு பாடல் மிக பலமாக ஒரு தொலைவிலிருந்து கேட்டது. அவளையும் மீறி அவள் குரல் அந்தப் பாடலோடு இணைந்து சற்றே வழிந்துவிட்டது. அவள் பேச்சுக் குரலுக்கும் பாட்டுக் குரலுக்கும் தொடர்பே இல்லாமல் இருந்தது. பேசும்போது சற்று கண்டிப்பான குரல் இருந்தாலும், பாடும் போது அது நெகிழ்ந்து மென்மையாக இருந்தது. தன் குரல் வெளியேறியதை ஒரு சிறு நொடிப்பொழுதில் உணர்ந்த ஹரிணி லேசான ஒரு புன்னகையோடு அதை விழுங்கிக்கொண்டாள்.

“உனக்கு இந்தப் பாட்டு பிடிக்குமா வஸந்த்?”

“பிடித்தது - உம் என்றேன்.”

“சினிமா பாட்டு கேட்பியா?”

“ஓரளவுக்கு; ஆனா ஹிந்துஸ்தானி, வெஸ்டர்ன், கர்னாடிக் அது இன்னும் பிடிக்கும்.”

“நிஜமாவா? ஒரு நாள் கூட சொன்னதில்லையே”-

“இப்பத்தானே அதைப் பற்றிப் பேசுறோம்.”

“நீ...”

“எல்லாமே - கூட ஜூபி, பௌல் மியூசிக் கூட கேட்பேன்.”

பாவி - பாவி என்று மனம் அடித்துக்கொண்டது.

வார விடுமுறைகளில் நான் ஹரிணி வீட்டுக்குப் போவதும், ஹரிணி என் வீட்டுக்கு வருவதும் மெதுவாகத் தொடங்கியது. சங்கீதம், மருத்துவம், விஞ்ஞானம், மொழி, அரசியல் என்று எல்லாவற்றையும் பேச எங்களுக்கு நிறைய இருந்தது. மேலோட்டமாக அல்ல.

ஹரிணி எல்லாவற்றிலும் ஒரு ஆழ்ந்த பார்வை கொண்டிருந்தாள். நேர நிர்ணயத்தில் என்னைப் பற்றி நான் கொண்டிருந்த இறுமாப்பு சற்றே உடைந்த தருணங்களாக எங்களின் இந்தச் சந்திப்புகள் அமைந்தன. அத்தனை திறமைகளையும் உள்ளடக்கி வைத்திருந்தாலும், ஒன்றை பொதுவில் படைக்க ஹரிணிக்கு மிகப் பெரிய தயக்கம் இருந்தது. அது கூச்சமா, மனத்தடையா என்று என்னால் அறுதியிட்டுச் சொல்ல முடியவில்லை. அது வெற்றி, தோல்வி அல்லது பொதுவாக அங்கீகாரம் குறித்த யோசனையாகக் கூட இருந்திருக்கலாம். தன்னிடம் உள்ள ஒன்று எதன் பொருட்டும் தொலைந்து விடக் கூடாது, தரவரிசைப் படுத்தப்படக் கூடாது என்று நினைத்தாளா ஹரிணி என்று தெரியவில்லை. ஒளிந்தும் பொத்தியும் வைப்பதில் அவற்றை காத்து விடுவதாக நினைக்கிறாளா என்று கூட புரிந்துகொள்ள முடியவில்லை. தானே பொம்மையை ஒளித்து வைத்துவிட்டு “போச்சு போச்சு காணாமப் போச்சு” என்று இழப்புக்குத் தன்னைத் தயார் செய்து கொள்ளும், ஒரு குழந்தையின் மனதை அவளிடம் என்னால் பார்க்க முடிந்தது. “கமான் கமான்” என்று சொல்ல ஏதோ ஒரு குரல் ஹரிணிக்குத் தேவைப்பட்டது. ஹரிணியின் பாட்டுத் திறமை அவளுக்குள்ளேயே அமிழ்ந்து விடக்கூடாது என்று நான் ஏன் இவ்வளவு அக்கறைப்படுகிறேன் என்று என்னை நானே கேட்டுக்கொள்ளத்தொடங்கினேன்.

“டேய் வஸந்த் இது எதை நோக்கியது” என்ற என் உட்குரலை ஒதுக்கித் தள்ளினேன்.

ஹரிணி போட்டிகளில் பாட அவளைப் பல வகையில் பேசி சம்மதிக்க வைத்தேன். ஹரிணி பெயர் கொடுத்தாள்- பாடினாள் - வெற்றிபெற்றாள். மருத்துவக் கல்லூரி மாணவர்கள் இசைக்குழுவில் மிக முக்கியமான பாடகியானாள். எந்தக் கல்லூரிப் போட்டியில் அவள் பாடினாலும் நான் தூரத்து ரசிகனாக இருக்கப் பழகினேன். அடுத்து பயணத்தில் அவள் பாடல்களில் இருந்த நிறை குறைகளைத் தடையின்றி சுட்டிக் காட்டினேன். அப்படிக் காட்டும்போது ஓரிரு தருணங்களில் அவள் சங்கதிகளைத் தவறவிட்ட இடங்களைத் துல்லியமாக பாடிக் காட்டினேன்.

ஒரு முறை என்னைக் கூர்ந்து கவனித்து விட்டு தன் புருவங்களை உயர்த்தி ஏன் என்பதாய் என்னைக் கேள்வி கேட்டாள். நான் “என்ன”? என்பதாய் தலையை உயர்த்தி பாவனையிலேயே கேட்டேன்.

“என்னை இவ்வளவு சொன்ன; நீ ஏன் பாடறது இல்லை வஸந்த்?”

“அதான் நான்”

“அப்படின்னா”

“எனக்கு எப்பவுமே நிகழ்த்த வராது ஹரிணி-

“ஐ கெனாட் பெர்பார்ம்”

“அப்ப எங்கிட்ட இப்ப பாடினது?”

“அது பர்பார்மன்ஸ் இல்ல-அது பரிமாற்றம்.”

“அதையே பல பேருக்கு பரிமாறலாம் இல்லையா?”

“அது நிகழ்த்துக்கலை-”

ஒன்றை அறையில் செய்வதற்கும் அதையே மேடையில் செய்யறதுக்கும் நிறைய இடைவெளி இருக்கு ஹரிணி”-

“நான் இதை ஏத்துக்கலை”

“சே - சே அப்படிப் பொதுவா நீ பேசக்கூடாது”

“எல்லாக் கலைகளிலேயும் நிகழ்த்துபவர்களைத் தாண்டி அவர்களுக்குச் சொல்லிக்கொடுக்கும் ஆசான்கள் இருப்பார்கள். ஆனால் அவர்கள் ஏனோ மேடை ஏறுவதில்லை . ஏறினாலும் அவர்கள் பெரிய அளவில் வெற்றி பெறுவதில்லை அவர்களுக்கு அந்தக் கலை தெரியும்; அதை நிகழ்த்திக் காட்டவும் தெரியும்; ஆனால் மேடை வேறு ஹரிணி.”

“அப்ப நீ மாஸ்டர் - அப்படியா?”

“சேச்சே - நான் சங்கீதம் அறிந்தவன். ஆனால் அதை பொதுவில் நிகழ்த்தும் கலை அறியாதவன். யு நோ தேர் இஸ் எ டிப்பரன்ஸ் பிட்வீன் அன் ஆர்ட் அண்ட் இட்ஸ் கிராப்ட்.”

சில பேருக்கு மட்டும்தான் அந்த இரண்டும் வாய்க்கும். அது இயற்கை அவர்களுக்கு அளிக்கும் கொடை வரம்.

ஹரிணி என்னை ஊடுருவிப் பார்த்தாள். அன்று அந்தப் பார்வையில் ஏதோ ஒரு புதிய பரிமாற்றத்தை என்னால் புரிந்து கொள்ள முடிந்தது. பழவந்தாங்கல் ரயில் நிலையம் தாண்டி நாங்கள் பேச்சு ஸ்வாரஸ்யத்தில் மீனம்பாக்கம் வரை இறங்க மறந்து விட்டோம் என்பதை விமான நிலையம் தான் எங்களுக்கு நினைவுறுத்தியது. அப்போது எங்கள் இருவருக்குள்ளும் ஒரே யோசனை தான் இருந்திருக்கும் என நினைக்கிறேன். பல்லாவரம் ரயிலடியில் இறங்கி எதிர் திசையில் வரும் வண்டிக்காக காத்திருந்தோம்.

ஒரு சுகமான மௌனம் எங்களுக்குள் பேசிக் கொண்டு இருந்தது. வண்டியில் ஏறியதும் ஹரிணி இயல்பானாள். ஒன்றிலிருந்து மிகச்சுலபமாக விடுபட்டு மற்றொன்றுக்குள் பிரவேசிக்க அவளால் சர்வ லகுவாக முடிந்தது. திடீரென்று அனாடமி பற்றிப் பேசத் தொடங்கினாள். இதுதான் அவள் இயல்பா அல்லது அவள் தன்னை அப்படி வேண்டுமென்றே கட்டமைத்துக் கொள்கிறாளா? இது அவளைப் பற்றிய வியப்பா, அவளது இயல்பு குறித்த பொறாமையா, இல்லை என்னைக் குறித்து மனமூலையில் ஒட்டிக்கொண்டிருக்கும்

தாழ்வுமனப்பான்மையா என்ற ஆதங்கமும் ஒரே நேரத்தில் அலைமோதத் தொடங்கியது. என் உணர்வுகளைச் சற்றும் வெளிக்காட்டிக்கொள்ளாமல் நானும் அவளோடு அனாடமி குறித்துப் பேசத் தொடங்கினேன். பழவந்தாங்கல் ரயிலடி வர இறங்கினோம்,

“வஸந்த் ஒரு காபி சாப்பிடுவோமா? என்று அவள் கேட்ட கேள்வியில் எனக்குள் இருந்த உள்மனப் போராட்டத்தையும், படபடப்பையும் அவள் அடையாளம் கண்டுகொண்டு விட்டாள் என்று துல்லியமாகப் புரிந்துகொண்டேன்.

“நிச்சயமா” என்று அப்போதும் இயல்பாக இருப்பதாய்க் காட்டிக் கொண்டேன்.

பழவந்தாங்கல் ரயிலடியை ஒட்டி இருந்த ஸ்ரீசீனிவாசா பவனில் அமர்ந்தோம். காபிக்குச் சொல்லி விட்டு இருவரும் மீண்டும் பேசத்தொடங்கினோம். சடலக் கூறாய்வு குறித்து சமீபத்தில் பார்த்த ஒரு ஆங்கிலப்படம் பற்றி அவள் பேசத் தொடங்கினாள். எங்கள் கல்லூரிக்குள் மிகப் பிரபலமாக இருந்த பேராசிரியை சிசீலியாவைப் பற்றி நிறையச் சொன்னாள். சடலக்கூறாய்வில் அவர்களின் திறமை குறித்தும் இதுவரைக் குற்ற வழக்குக்களில் அவர்கள் தன் சடலக்கூறாய்வு அறிக்கைகளின் மேல் சந்தித்த குறுக்குவிசாரணைகளையும் தொகுத்து போட்டிருக்கும் புத்தகம் குறித்தும் பேசினாள். ஒவ்வொரு குறுக்கு விசாரணையும், ஒரு திரைப்படம் போல கண்முன் விரியும்படி அவர்கள் எழுதி இருக்கும் அவர்களின் எழுத்துத் திறமையை நெஞ்சு நிறைத்த பெருமிதத்தோடு பேசினாள். ஒரு நாள் பேராசிரியர் சிசீலியா இந்தச் சமூகத்தால் பெரிதும் கொண்டாடப்படும் தருணம் ஒன்று வரும்; வர வேண்டும் என்ற அவள் உள்ளக் கிடக்கையை உணர்ச்சி பொங்கச் சொன்னாள். முன் எப்போதும் ஹரிணியை நான் அத்தனை உணர்ச்சிக் குவியலாகப் பார்த்ததே இல்லை. இன்னொருவர் வெற்றியைக் கொண்டாடும் ஹரிணியை ரொம்ப பிடித்தது.

“உங்கிட்ட அந்தப் புத்தகம் இருக்கா ஹரிணி” என்றேன்.

“ச்சு ச்சு - காலேஜ் நூலகத்தில் ஒரு இறுதியாண்டு மாணவர் வைத்திருந்தார். கொஞ்ச நேரம் வாங்கி குறுக்குவெட்டாகப் படித்தேன். அபாரமான எழுத்து. மிகப் புதுமையான தொகுப்பு என்றாள். அவள் சொல்லச் சொல்ல அந்தப் புத்தகத்தை எப்படியும் வாங்கிவிட வேண்டும் என்று ஒரு ஆவல் எழுந்தது. காபிக்கான பணத்தைக் கட்டிவிட்டு மெல்ல நடக்கத் தொடங்கினோம். எங்கள் வீட்டைக் கடந்துதான் ஹரிணியின் வீட்டுக்குப் போக வேண்டும். என் வீடு வந்தபோது நான் நிற்காமல் அவளோடு நடக்கத் தொடங்கினேன். ஹரிணி “என்ன?” என்பதாகப் பார்த்தாள்.

“இல்லை கொஞ்ச தூரம் சேர்ந்து நடப்போமே உங்கள் வீடு வரை என்றேன்.”

அவளுடைய பார்வையில் “வா - வராதே” என்று எந்த ஒரு சொல்லையும் என்னால் வாசிக்க முடியவில்லை. ஆனால் ஹரிணியுடன் அப்படி நடப்பது பிடித்திருந்தது. எங்கும் இடறி விடக்கூடாது என்று இருந்த நான் லேசாக இடறி விழுகிறேனோ என்ற கேள்வி உள்ளுக்குள் ஓடிக்கொண்டே இருந்தது.

வீடு வர ஹரிணி மிக இயல்பாக விடைபெற்றுச் சென்றாள். எனக்குள் ஏற்பட்டிருந்த இந்தச் சலனம் உடைத் தெறியப்பட வேண்டும் என்று எனக்கு நானே உறுதியாகச் சொல்லிக்கொண்டேன். வீடு போய் சேர்த்த பொழுது ஏழு மணியாகியிருந்தது.

“என்னடா இவ்வளவு லேட்டு”, அம்மா குரல் கொடுத்தாள்.

பதிலெதுவும் சொல்லாமல் என் அறைக்குள் சென்று ஒரு நீண்ட குளியல் போட்டேன். வெதுவெதுப்பான அந்த நீரோடு சேர்ந்து என் உணர்வுகளை எல்லாம் கரைத்து வெளியே தள்ளிவிடவேண்டும் என்று ஒரு வெறி எழுந்தது. ஹரிணிக்கு என் ஆழ்மனச் சிந்தனைகள் புரிந்திருக்குமோ?. புரிந்தால் அவள் என்ன நினைப்பாள்? அவள் என் மீது வைத்திருக்கும் மரியாதை கொஞ்சம் கூட குறைந்துவிடக்கூடாது என்பதே என் மிகப்பெரிய கவலையாக இருந்தது. என் வழக்கமான

படிப்பை முடித்துவிட்டு படுக்கச் சென்றேன். விழித்தபோது மணி மூணரை ஆகியிருந்தது. வழக்கமான உடற்பயிற்சிகளை முடித்துவிட்டு நாலரை மணிக்கு வெளியே மெதுவாய் நடக்கத் தொடங்கினேன். ஹரிணியின் வீட்டைக் கடந்து செல்லும்போது ஏதோ ஒருவித வெறுப்பு என் மீதே எனக்கு ஏற்பட்டது. நான் எனக்காகக் கட்டமைத்து வைத்த ஒரு வாழ்க்கையின் முறையில் இருந்து விலகும் அந்த "என்னை" எனக்கு அறவே பிடிக்கவில்லை. அந்த "எனக்காக" நான் மீண்டும் என்னை செப்பனிட்டு சரிசெய்து சாய்ந்திருக்கும் மனதை சாரம் கட்டி நிமிர்ந்து விட வேண்டும் என்று ஒரு எழுச்சி என் மனம் எங்கும் பரவியது. அந்த நொடியில் இனி நான் சறுக்க மாட்டேன் என்ற ஓர் ஆழமான நம்பிக்கை எனக்குள் ஊற்றெடுத்தது.

குளித்து கல்லூரிக்குப் புறப்பட்டபோது மனம் தெளிந்திருந்தது. ஹரிணியை அவ்வளவு சீக்கிரம் மனதிலிருந்து தள்ளிவைத்து விட முடியுமா என்று கேள்வி எழாமலில்லை. ஆனால் என் அறையை ஒரு முறை சுற்றிப் பார்த்தேன். நான் என்னைக் கொஞ்சம் கொஞ்சமாய் செதுக்கிக்கொண்ட சிற்பக் கூடம் இது. படிப்பு, பாட்டு, உடற்பயிற்சி, தியானம் என்று நேர நிர்ணயத்தோடு என்னை அமைத்துக்கொண்ட களம் இந்த அறை. மனத்துக்குள் சலனங்களுக்கு இடம் தரக்கூடாது என்று என்னை நான் இங்குதான் என் பதின்பருவத்திலிருந்து பக்குவப்படுத்திக் கொண்டேன். கவனச் சிதைவு ஏற்பட்டு விடக்கூடாது என்று எனக்குள் பலமாக சொல்லிக் கொண்டேன். "கூடாது" என்று ஒற்றைச் சொல் மட்டும் ஒலியாக வழிந்து வெளியேறிவிட்டது.

"என்னதுடா கூடாது" என்று அம்மா கேட்ட போது,

"விடு எல்லாத்தையும் என்ன? ஏதுன்னு கேட்காதே?" என்றேன்.

"டிபன் சாப்பிடலை" என்றாள் அம்மா -

"கூடாது" என்றேன்.

"ஏன் கூடாது" என்று அவள் கேட்டபோது,

"ஐயோ - வேண்டாம்னு சொல்வதற்குப் பதிலா கூடாதுன்னு

சொல்லிட்டேன்”-

விடுமா என்றேன்.

அம்மா புதிராய் என்னைப் பார்த்தாள். நான் நகர்ந்துவிட்டேன்.

வழக்கமான 7.25 வண்டியில் ஏறினேன்.

ஹரிணியை இன்று ரயிலடியில் காணவில்லை.

“அதனாலென்ன?- இது என் பயணம் - என் படிப்பு - இனி இப்படியே போனாலும் ஒன்றும் குறைந்துவிடாது” என்று எனக்குள் நானே பேசிக்கொண்டேன். நான் ஏன் இப்படி பேசிக்கொள்ள வேண்டும் என்ற கேள்வி எழத்தான் செய்தது. வண்டியில் ஏறிக் கொஞ்ச நேரம் நின்றபடி பயணித்தேன். திரும்பியபோது பக்கவாட்டில் கடைசி வரிசையில் ஹரிணி அமர்ந்திருப்பது தெரிந்தது. அங்கு போகவா வேண்டாமா என்று யோசிக்கும்முன் “கூடாது” என்று ஆழமாக எழுந்த எனக்கான என் உத்தரவை அப்படியே ஏற்றுக்கொண்டேன்.

ஹரிணி எப்போதும் தன்னை யார் மீதும் திணித்துக்கொண்டதே இல்லை. இப்போது அவள் சலனமற்று அந்த இருக்கையில் அமர்ந்திருந்தது எனக்குச் சற்று வெறுப்பையும், கோபத்தையும் அவளின் உடல்மொழி மீது சிறிது பொறாமையையும் ஏற்படுத்தியது. என்னைவிட அவள் தன்னை பயங்கரமாகக் கட்டமைத்துக் கொண்டவள் தான் போல என்று தோன்றியது. இன்று கோட்டை ரயில் நிலையத்தில் இறங்கலாம் என்று நான் முடிவு செய்து வைத்திருந்தேன். அவள் வழக்கம்போல் பார்க் ரயில் நிலையத்தில் இறங்கினாள். அதே நட்பு கலந்த புன்னகை.

“போ - போ எவ்வளவு தூரம் என்று பார்க்கிறேன்” என்று அவள் சொல்வது போல எனக்குத்தான் தோன்றியது.

அடுத்த இரண்டு நாட்கள் நானும் ஹரிணியும் ஒன்றாகப் பயணம் செய்யவே இல்லை. இனி அவள் என்னோடு இணைந்து கல்லூரிக்குப் பயணப்படமாட்டாள் என்றே தோன்றியது. அது நிம்மதியும் துக்கமுமாகப் பொங்கி வழிந்தது.

சனிக்கிழமை மாலை கல்லூரியிலிருந்து வீடு வந்து சேர்ந்த போது ஏதோ ஒரு பெரிய தொலைவை கடந்து வந்து விட்ட நிறைவு மனதுக்குள் ஏற்பட்டது. இனி நம்மை ஸ்திரப்படுத்திக் கொள்ள முடியும் என்ற பெரிய நம்பிக்கை ஒன்று எழும்பி புதிய தெம்பைக் கொடுத்தது. கடந்த மூன்று நாட்களாக ஆழ்ந்த தூக்கம் இல்லாமல் போனதன் அசதி தெரிந்தது. சில நேரங்களில் நம் மனதுக்குப் பிடித்தமானவர்களும் நெருக்கமானவர்களுமே யட்சிகளாய் மாறி நம்மை உலுக்கி எடுத்துவிடுகிறர்கள் என்று தோன்றியது. இந்த இடர்ப்பாடுகள் நமக்கு மட்டும்தானா இல்லை யட்சன்களால் பெண்களுக்கும் இதே போன்ற உளைச்சல்கள் உண்டா என்று கேள்வி எழுந்தது.

“டேய் வஸந்த் இது உனக்கு வேண்டாதது.”

என்று கூடவே ஒரு எச்சரிக்கை தோன்றியது.

நாளை ஞாயிறு. வழக்கமாக அன்று மட்டும் ஆறு மணிக்கு எழும் பழக்கம் எனக்கு. கட்டிலில் சரிந்தேன். உஸ்தாத் படே குலாம் அலிகான் என்னை அமைதிப்படுத்தினார். விடிந்ததும் நிம்மதியாக எழுந்தேன்.

வீட்டுக்குள் நுழைந்ததும் இருந்த வெராண்டாவின் வலது பக்கத்தில் என் அறை அமைந்திருந்தது. சிறிய நூற்றி ஐம்பது சதுரடி அறை. ஞாயிறு என்பதால் நான் சற்றே இளைப்பாறிக் கொண்டிருந்தேன். நேற்றைய இரவின் நீட்சியாக நானும் படேகுலாமும் இணைந்திருந்தோம்.

“காக்கரு சஜினி” என்பது எனக்கு மட்டும் “காக்கரு ஹரிணி” என்று கேட்டது.

அப்போது திடீரென்று ஹரிணி நேரில் வந்து என் அறைக்குள் நின்றது என்னை ஒரு நொடி புரட்டிப் போட்டது. கடந்த மூன்று நாட்களாக நான் சேமித்து வைத்திருந்த “நான்” ஒரு நொடியில் சிதறிப்போனேன். ஆனால் எதையும் வெளிக் காட்டிக் கொள்ளாமல் என் வழக்கமான புன்னகையோடு “ஹாய்” என்று அவளை வரவேற்றேன். எதுவுமே நடக்கவில்லை என்பதாக அவளும் ஹாய் என்றபடி சோஃபாவில் அமர்ந்தாள்.

கண்களை மூடி இசையை உள்வாங்கினாள்.

ஒரு சிறிய இடைவெளிக்குப் பின் ஹரிணி தொடங்கினாள்-

“வஸந்த் - எனக்கு எதையும் சுற்றி வளைத்துப் பேசத் தெரியாது - நேரடியாகவே கேட்கிறேன்- ஆர் யு இன் லவ் வித் மீ.”

நான் இந்த நேரடித் தாக்குதலுக்கு தயாராகவே இல்லை ஆனால் இதைவிட பலமாக உலுக்கிவிட முடியாது என்னும்படியாக ஹரிணி பேசிவிட்டாள்.

என் நாற்காலியின் கைப்பிடியை எனக்கு மட்டுமே தெரியுமாறு அழுந்த பிடித்துக்கொண்டேன்.

“நான் என்னைக்காவது உங்கிட்ட அப்படி நடந்துக்கிட்டேனா

ஒரு சூழல் அல்லது ஒரு சம்பவம் சொல்ல முடியுமா ஹரிணி?”

“வஸந்த் நான் உன்னை விசாரிக்க வரலை - உன் மனசை எனக்குத் தெரியும். அதை உறுதிப்படுத்திக்க மட்டும்தான் வந்தேன். இந்த மூணு நாளா நீ பிரயத்தனப்பட்டு என்கிட்டே இருந்து விலகி ஓடினபோது அது இன்னும் உறுதியாச்சு. ஒருவரைக் காதலிப்பது ஒரு சுகமான மன உணர்வு. அதை நீ உனக்கான தோல்வியா நினைக்கிற. நீ ஏதோ விழுந்து விட்டதா, உன் நெடுநாளைய தவம் கலைஞ்சுட்டதா நினைக்கிற. உனக்குத் தெரியுமா? நம்முடைய எந்த முயற்சியோ முன் முடிவோ இல்லாம நமக்குள்ள ஒரு கணநேரம் ஒரு நெஞ்சு கொள்ளாத சந்தோஷம் வரும். அதுக்குப் பேருதான் காதல். அதற்கு முன்னும் பின்னும் அந்த நொடி வரவே வராது. அதற்குப் பிந்தைய தருணங்கள் எல்லாம் நாம அந்த நொடிக்குச் செய்யும் அலங்காரங்கள். ஆனால் அந்தக் கணப்பொழுது ஒரு நிர்மால்யமா நம்மை நாமே பார்த்துக்கொள்ளும் தருணம். அது அந்த ஒரு நொடிப்பொழுதுதான்.

காதல் வசப்பட்டுவிடும் எந்த இரண்டு பேருக்கும் அந்தக் கணப்பொழுது மிகத் துல்லியமா நினைவிருக்கும்.”

“ஹரிணி ப்ளீஸ் - எனக்கு அப்படி எதுவும் இல்லை - நான் மறுபடியும் சொல்றேன்”-

“சரி - சரி - உன்னை ஒத்துக்க வைக்கிறது என் வேலையில்லை. அதுவும் இல்லாமல் காதல் என்பதைத் திரட்டி கல்யாண ஜாடிக்குள்ள அடைக்கறதுக்கு அது ஒண்ணும் மிட்டாய்க் கடை பூந்தியில்லை - எனக்கு அந்தக் கணப்பொழுதை அடையாளம் தெரியும். என் கண்ணுல நீ பார்த்துப் புரிந்துகொண்ட அந்த காதல்; உனக்குப் புரிஞ்சிடுச்சுன்னு நான் உணர்ந்துகொண்ட அந்த நொடி; அது மற்ற எல்லாவற்றையும் விட உன்னதமான தருணம்.

அந்தத் தருணத்தை நீயும் நானும் சேர்ந்து பார்த்தோம். இனி எத்தனை பார்வைகள் நமக்குள் நிகழ்ந்தாலும் அது அந்தப் பார்வைக்கு நிகராகாது. அது முதல் துளி மழை தரும் சந்தோஷம் போல. நான் உன்னைக் காதலிச்சேன். அது நிஜம். அதற்கு மேல் எனக்கு எந்த எதிர்பார்ப்பும் இல்லை. நீயும் என்னைக் காதலிச்ச. இதைச் சொல்லிட்டா எனக்கு உன் மீதான மரியாதை போயிடும்னு ஏதேதோ மனத் தடைகள் உனக்கு.”

“இல்லை இல்லை-நீ புத்திசாலித்தனமா பேசுறதா நினச்சுக்குற ஹரிணி.”

“வஸந்த் உன் அறிவுக்கும், ஒருமைக்கும் காதல் ஒரு எதிரின்னு நீ நினைக்கற. அது உன் விருப்பம். ஆனா எனக்கு அப்படி இல்லை. ஒருவேளை சொல்லியிருக்கலாமோ என்ற எண்ணம் எனக்கு ஒருநாளும் வராது - மறுபடியும் சொல்றேன் - இது கல்யாணத்தை நோக்கிய பயணம் இல்ல.”

“ஹரிணி உனக்கு அந்த எண்ணம் ஏற்பட நான் காரணமா இருந்தா-”

நான் முடிக்கும் வரை ஹரிணி காத்திருக்கவில்லை.

“வஸந்த்- என்னைக்காவது சொல்லத் தோணிச்சுன்னா அன்னிக்கு சொல்லு. இப்பப்போய் சொன்னா என் மரியாதை என்ன ஆகும்னு இனி எப்பவும் நினைச்சிடாதே- காதல் ஒரு ப்ராஜக்ட் இல்லை. அதை இத்தனை நாளைக்குள்ள இப்படி முடிச்சுக் கொடுத்தாகணும்னு எந்தக் கட்டாயமும் இல்லை.

நாளைக்கு வழக்கம் போல ஸ்டேஷன்ல மீட் பண்ணுவோம் - நான் வரேன்”.

ஹரிணி கிளம்பிப் போனபோது அவள் கம்பீரமானவள் என்று நினைக்காமல் இருக்கவே முடியவில்லை. ஆனால் எனக்கு அந்த கம்பீரம் என்றைக்கேனும் வசப்படும் என்ற நம்பிக்கை துளிகூட இல்லை.

“தானே பொம்மையை ஒளித்து வைத்துவிட்டு போச்சு - போச்சு என்று இழப்புக்குத் தயார் செய்து கொள்ளும் குழந்தை - ஹரிணியில்லை; இப்போது நான்.”

கலைமகள் - ஜனவரி 2022

அடவுகள்

வீணாவை படுக்கையில் வைத்துப் பார்ப்போம் என்று ரவி அதுவரை நினைத்துக்கூட பார்த்ததில்லை. அவள் உடம்பு லேசான ஒரு நடுக்கத்தைக் காட்டிக்கொண்டிருந்தது. உடம்பு சற்று வற்றி, சுருங்கியிருந்ததாலும் அவள் கண்களில் மட்டும் அதே ஜீவன் இருந்தது. எழுந்து போய் பரபரவென்று எல்லா வேலைகளையும் செய்து விடட்டுமா என்பதான கேள்வியும் துடிப்பும் அந்தக் கண்களில் ததும்பியது.

உடம்பு தான் படுத்துக் கிடந்ததே ஒழிய மனசு அதன் போக்கில் எல்லா வேலைகளையும் பார்த்துக் கொண்டிருந்தது. அவள் பம்பரமாய்ச் சுற்றி வேலை செய்யும்போது அந்த தாளகதிக்கு ஏற்றார்போல அவள் கண் சுழலும். இப்போது தாளகதியற்று வீழ்ந்து கிடந்த அவள் உடலில் கண்கள் மட்டுமே தன் சுழற்சியை விடாமல் மேற்கொண்டிருந்தது. ஒரு நாட்டிய மேடையில் பாட்டும், மிருதங்கமும், மற்ற எல்லா கருவிகளின் முன்னால் வைக்கப்பட்டிருக்கும் ஒலிபெருக்கிகளும் நின்று போக, புல்லாங்குழல் மட்டும் சுருள் சுருளாய்த் தன் இசையைக் காற்று வெளியில் கலக்க, அந்த சங்கீதம் அப்படியே தசாங்கப் புகையின் ஒரு கீற்றாய் உருமாறி கண்ணுக்குத் தெரிந்தால்

எப்படி இருக்குமோ அப்படியான ஒரு பாவத்தை வீணாவின் கண்ணசைவில் பார்த்தான் ரவி.

வீணாவின் இரண்டு கைகளையும் தன் கைகளால் பற்றிக் கொண்டான். அவள் படுத்துக்கொண்டிருந்த அந்தப் பழைய காலத்து திவான் கிட்டத்தட்ட ஒரு சிறிய மருத்துவமனையில் இருக்கும் உயரமான பெஞ்ச் போலவே இருந்தது. ரவி அந்த திவானுக்கு மிக அருகில் ஒரு மர முக்காலியில் உட்கார்ந்து கொண்டிருந்தான் அவள் கைகளை அவன் உறுதியாக மீண்டும் மீண்டும் இறுகப் பற்றிக் கொண்டான். அதில் நன்றி, அன்பு, காதல், மன்னிப்பு என்று கலவையான அவன் மன உணர்வுகள் உருகி வழிந்துகொண்டிருந்தது. மரணம் எப்போது வந்தாலும் துயரம் தான். ஆனால் அது ஒரு கால அளவுக்குள் நிகழ்ந்து விடப்போகிறது என்று தெரிந்துவிட்டால் அந்த ரணப்பொழுதுகளைக் கடப்பது அத்தனை எளிதல்ல.

வீணா தன் நிறைவை நோக்கி நகர்ந்துகொண்டிருக்கிறாள். அதுபற்றி ரவியும் வீணாவும் நேரிடையாக இதுவரை பேசிக் கொள்ளவில்லை. ஆனால் அவளுக்கு அது தெரியும். அதைப் பற்றி என்ன பேசுவது? பேசாமல் இருந்து விடுவதே உத்தமம் என்று தோன்றினாலும் வீணாவின் மனத்துக்குள் இருக்கும் விஷயங்களைக் கேட்டுத் தெரிந்து நிறைவேற்றி விடவேண்டும் என்ற உந்துதல் ரவியை ஆட்டிப் படைத்தது.

வீணா படுத்திருந்த கூடத்தை ஒட்டி ஒரு பலகணி இருந்தது. சாயங்கால வேளைகளில் ஒரு சக்கர நாற்காலியில் வீணாவை அமரவைத்து அங்கிருந்து தெரியும் மூன்று தெருக்களையும் வேடிக்கை பார்க்க வைப்பான். அந்தி சாயும் பொழுதில் கூடு திரும்பும் பறவைகளைக் கூட்டமாய்ப் பார்க்கும்போது அவள் முகத்தில் ஒரு தனியான சந்தோஷம் தெரியும். அந்த பறவைகள் கூடு அடையும்போது வீணா மீண்டும் தன் படுக்கைக்கு வந்துவிடுவாள்.

வேறு எந்த வேலையுமே செய்யாமல் இருந்தபோது ஒரு நாள் என்பது இவ்வளவு நேரமா என்று தோன்றினாலும், இன்னும் கொஞ்ச நாட்கள் தானே என்று நினைக்கும்போது அதே நேரம்

மிக வேகமா நகர்வதாய் ரவிக்குத் தோன்றிவிடும். நடுத்தர வயதில் தனக்கு ஏற்படப் போகும் தனிமை கூட ரவிக்கு பாரமாக இல்லை. ஆனால் தான் வீணாவின் மீது பொழிந்த அத்தனை காதலையும், அன்பையும் தாண்டி இன்னும் ஒன்று ரவியை உள்ளுக்குள்ளிருந்து உறுத்திக்கொண்டேயிருந்தது.

“பொண்ணு என்ன படிச்சிருக்கா?”

“எம். ஏ. ஆங்கில இலக்கியம்.”

“வேலைக்குப் போறாளா.”

“இல்லை - அவளுக்கு இசை, நடனம்னா உயிர். சின்ன வயசுலேர்ந்து பரதநாட்டியமும், புல்லாங்குழல் வாசிக்கவும் கத்துக்கிட்டா. இயல்பா நல்லா பாடுவா. வேலைக்குப் போகணும்னு பெரிய லட்சியமெல்லாம் அவளுக்குக் கிடையாது. கலைகள் மேலதான் உசிரு.”

ரவியின் அம்மா ராஜேஸ்வரியும் வீணாவின் அம்மா சுதாவும் பெண் பார்க்கச் சென்றபோது பேசிக்கொண்டார்கள்.

"ரவி நீ ஆசைப்பட்டா மாதிரியே பொண்ணு வேலைக்கெல்லாம் போகணும்னு பெரிசா நினைக்கல. பரவாயில்லை ஏதோ நாட்டியம் புல்லாங்குழல்னு சொல்லிக்கொடுத்திருக்காங்க. பார்க்க நல்ல பெண்ணாவும் இருக்கா" என்று அம்மா சொன்னபோது, ரவிக்கு மனநிறைவாக இருந்தது.

வீணா நல்ல அழகி. சிற்பம் போல இருந்தாள். நாட்டியப் பயிற்சியால் தன்னைச் செதுக்கி வைத்திருந்தாள். ரவி பொறியியல் கல்லூரிப் படிப்பை முடித்த அதே ஆண்டு, அவன் அப்பா ஒரு விபத்தில் இறந்துவிட்டார். ரவியின் தகுதிக்கு அவன் அப்பாவின் கம்பெனியிலேயே மிக எளிதாக அவனுக்கு வேலை கிடைத்தது. ஆறு ஆண்டுகள் கடுமையாக உழைத்து தன் தங்கைக்கு ஒரு திருமணத்தைச் செய்து முடித்தான். அவன் அப்பாவைப் போலவே ரவிக்கும் கம்பீரமான தோற்றம். சட்டென்று எவரையும் வசீகரிக்கும் புன்னகை. தன் நடத்தையையோ, நடவடிக்கைகளையோ எந்தவித விமர்சனத்துக்கும் ஆட்படுத்தி விடாமல் மிக கம்பீரமாய் நடந்துகொண்டான். பிள்ளைகள்

நன்றாக வளர்ந்து வாழத் தொடங்க வேண்டிய வயதில் அகாலமாய் இறந்துவிட்ட தன் கணவனை எண்ணிப் பல நேரம் வருந்தினாலும், பிரச்சனைகள் செய்யாத பிள்ளையும், பெண்ணும் ராஜேஸ்வரிக்கு ஒரு மிகப் பெரிய ஆறுதலையும், நடந்துவிட்ட அகால மரணத்தை ஏற்றுக்கொள்ளக்கூடிய துணிவையும், பக்குவத்தையும் கொடுத்துவிட்டது.

“பெண் பிடித்துவிட்டது; எங்களுக்கு வேறு ஒன்றுமே தேவையில்லை. இருவரும் சமமாகச் செலவுகளை ஏற்றுக் கொண்டு எளிமையாக கல்யாணத்தைச் செய்வோம்” என்று ராஜேஸ்வரி சொன்னது வீணாவின் பெற்றோருக்கு மனநிறைவைத் தந்தது.

ஓரளவு வசதி நிறைந்த குடும்பத்தில் பிறந்திருந்தாலும் இரண்டு பெண் குழந்தைகளில் தங்கள் இளைய மகள் ‘டௌன்சின்றோமால்’ பாதிக்கப்பட்டு தங்கள் நிரந்தர கவனிப்பில் இருந்தது அவர்களுக்குக் கொஞ்சம் கலக்கத்தைக் கொடுத்தது. தங்கள் காலத்திற்குப்பின் யார் அந்தக் குழந்தைக்குப் பொறுப்பு ஏற்பார்கள்? வீணாவின் மீது அத்தனை பெரிய பொறுப்பைச் சுமத்துவது சாத்தியமா என்ற கவலை நாள்தோறும் அவர்களை உலுக்கியது. அத்தனை கவலைகளுக்கு நடுவிலும் ரவியும், ராஜேஸ்வரியும் வீணாவுக்கும் அவர்கள் பெற்றோருக்கும் ஒரு நல்ல குடும்பமாகவே தோன்றினார்கள். தங்கள் குடும்பம் குறித்தும் வீணாவைப் பற்றியும் சொன்ன எல்லா தகவல்களையும் கேட்டுக்கொண்டு எந்த அதிர்ச்சியோ, பதட்டமோ கொள்ளாமல் பெண் பிடித்திருக்கிறது என்று அவர்கள் சொன்னது ஒரு நம்பிக்கையை அவர்கள் மனத்தில் விதைத்தது. திருமணத்தை மிகக் குறுகிய காலத்திற்குள் ஏற்பாடு செய்து முடித்தபோது, உண்மையிலேயே ரவியின் குடும்பம் எந்தப் பிரச்சனையும் செய்யாத நல்லவர்கள் நிறைந்த குடும்பம் என்பதை வீணாவும் அவள் பெற்றோரும் எண்ணி மகிழ்ந்தார்கள்.

திருமணம் முடிந்து இரண்டு வாரம் கழித்து வீணா முதன் முதலில் ரவியிடம்தான் நாட்டிய வகுப்பிற்குப் போய்விட்டு

வருகிறேன் என்று சொன்னபோதுதான் பிரச்சனையே தொடங்கியது.

“நாட்டிய வகுப்புன்னா?”

“இல்ல - வாரத்துல மூணு நாள் டான்ஸ் பராக்டீஸ் உண்டு.”

“எதுக்கு?”

“புரியலை ரவி - எதுக்குன்னா? நான் பரதநாட்டிய டான்ஸர். கல்யாணத்துக்கு முன்னமே சொன்னதுதானே?”

“சொன்ன - டான்ஸ் கத்துக்கிட்டேன்னு சொன்ன. தொடர்ந்து ஆடுவேன்னு சொல்லலியே வீணா. வேலைக்குப் போறதுல கூட உனக்குப் பெரிய விருப்பம் இல்லைன்னுதானே சொன்ன?”

“ரவி - நான் வேலைக்குப் போகாம இருக்கிறதே எனக்கு பரதத்தின் மேல இருக்க ஆர்வத்தாலதான். இலக்கியம் படிக்க முடிவு செஞ்சதுகூட என் ஆத்ம சந்தோஷத்துக்கான நாட்டியத்துக்கு என் முழு கவனத்தையும் கொடுக்க அது உதவும்னு நினைச்சதாலதான்.”

“இத்தனை விவரமா நீ எனக்குச் சொல்லவேயில்லையே வீணா?”

“நீ கேட்கவே இல்லையே - பரதம் ஆடறது பற்றி உனக்கு எதுவும் ஆட்சேபம் இருக்கிறதாகவும் நீ சொல்லவே இல்லையே?"

"எனக்கு கலைகள் மேல மரியாதை உண்டு வீணா. ஆனா அதை மேடை ஏறி ஆடித்தான் காட்டணும்னு அவசியம் இல்லை. உனக்குப் பிடிச்சுது - நீ கத்துக்கிட்ட உன் இளமைக் காலம் வரைக்கும் அத மனநிறைவோட ஆடிப் பரவசப்பட்ட; அது வாழ்க்கைல ஒரு காலக்கட்டம். அத கடைசிவரைக்கும் சுமந்துகிட்டே வரணும்னு ஒரு கட்டாயமும் இல்லை. உன்னை நான் ரொம்ப மதிக்கிறேன். உனக்கும் உங்க குடும்பத்துக்கும் என்னைக்கும் நான் ஒரு நல்ல மனுஷனா நடந்துக்குவேன். ஆனா இந்த நடனம், ஊர் ஊரா போய் ஆடுறது - இதெல்லாம் எனக்கு, எனக்கென்ன நமக்கு சரியா வராது - அத மறந்துடு - இதுல விவாதிக்க இனி எதுவுமே இல்லை.”

ரவி அந்த விவாதத்துக்கு வீணாவைக் கேட்காமலேயே முற்றுப்புள்ளி வைத்தான். இனி என்ன செய்வது என்று புரியாமல் தவித்தாள் வீணா. பிரச்சனை செய்வதா? பேசிப் பார்ப்பதா? எல்லாம் செய்தாள். ரவி, ராஜேஸ்வரி இருவரிடமும் தனித்தனியாகப் பேசினாள்; ஒன்றும் நடக்கவில்லை. அம்மா, அப்பாவிடம் சொன்னால் நொறுங்கிப்போவார்கள். தங்கை விஜயாவை ஒருபுறம் வைத்துக் கொண்டு தன் நாட்டியத்திற்காக அவர்கள் பட்ட சிரமம் மிக அதிகம். அதை நினைத்தபோது அவள் துக்கம் அதிகரித்தது.

மூன்று வாரங்கள் கழித்து அம்மாவும் அப்பாவும் வீட்டுக்கு முதல் முறையாக வந்தபோது அமைதிகாத்தாள். ஆனால் அவர்கள் காக்கவில்லை.

“ஏய் வீணா லீவு எடுத்தது போதாதா?”

“எப்ப போகப்போற டான்ஸ் கிளாசுக்கு?” என்று நடந்து விட்ட பிரச்சனை தெரியாத சூழலில் வீணாவின் அம்மா சுதா கேட்டுவிட்டாள். வீணா பேசாமல் இருந்தாள். அவளது அமைதி அவர்களுக்கு ஏதோ பிரச்சனை என்று உணர்த்தியது. அப்போதும் பிரச்சனை நாட்டியம் குறித்தது என்று அவர்களுக்குத் தோன்றவேயில்லை. அவர்களைப் பொறுத்தவரை எல்லாமே சொல்லித் தானே கல்யாணம் செய்து கொடுத்திருக்கிறோம்; அதனால் நாட்டியம் ஆடுவது குறித்து பிரச்சனை வரும் என்று அவர்களால் ஊகிக்கக்கூட முடியவில்லை.

"என்னடி வீணா - மூணு வாரம் ஆச்சு - இனி மேலாவது ஒழுங்கா பரதநாட்டிய க்ளாஸ் போவயில்லே என்று கேட்டு புன்னகைத்த அப்பா குருவைப் பார்த்து அழுவதா, சிரிப்பதா என்று வீணாவுக்குப் புரியவில்லை.

வீணாவின் மௌனம் இப்போது லேசாக அவர்களுக்கு பிரச்சனை நாட்டியம் பற்றியதுதான் என்று உணர்த்தியது. ஆனால், அனுமானங்களுக்கு இடம்கொடுக்க அவர்கள் விரும்பவில்லை. நேரடியாக ரவியிடமே கேட்டு விட்டார்கள்.

"ரவி எதுவும் பிரச்சனையா?"

"பிரச்சனை ஒண்ணும் இல்லைங்க - வீணா கல்யாணத்துக்கப்புறம் மேடையேறி ஆடுவான்னு நாங்க யாரும் நினைக்கலை."

"அதை நீங்க கல்யாணத்துக்கு முன்னாடியே சொல்லியிருக்கலாமே ரவி." குரு பொறுமையாகத்தான் பேசினார்.

"நீங்களும் அவளுக்கு இப்படி ஒரு எண்ணம் இருக்குன்னு சொல்லியிருக்கலாமே மாமா."

"நாங்க தான் சொன்னோமே - வேலைக்கு போகமாட்டா - அவளுக்கு நாட்டியம்தான் உயிருன்னு சொன்னோமே - அவளோட நாட்டிய ஆல்பம் எல்லாம்கூட காட்டினோமே?"

"உண்மைதான் - மறுக்கலை - ஆனா அவ வாழ்நாள் முழுக்க நடனக் கலைஞராகவே இருப்பான்னு எங்ககிட்ட யாருமே சொல்லலியே?"

"ரவி உங்களுக்கு முன்னாடி எத்தனையோ பேர் அவளை பெண் கேட்டு வந்தாங்க - நாட்டியம்னு சொன்னதும் ஆட கூடாதுன்னாங்க - அப்படின்னா அவளுக்குக் கஷ்டம்னு நாங்க சொல்லிவிட்டோம்."

"அப்படி என்கிட்டயும் சொல்ல முடியாமப் போச்சேன்னு வருத்தப்படறீங்களா? தப்பான ஆளைத் தேர்ந்தெடுத்துட்டோம்னு நினைக்கிறீர்களா?"

"நீங்க தப்பான ஆளுன்னு நாங்க சொல்லலை. ஆனா வீணா இனி ஆடக்கூடாதுன்னு நீங்க சொல்றது தப்புன்னு மட்டும்தான் நாங்க சொல்றோம். இந்தக் கலைக்காக அவ இதுவரைக்கும் வாழ்ந்த காலத்துல சரிபாதி நேரத்த செலவழிச்சுருக்கா - பெரிய தொழில் கல்வி எல்லாம் கூட வேண்டாம்னு அவ முடிவு செஞ்சது இந்தக் கலை மேல அவளுக்கு இருந்த ஆசையால தான்." குரு கையெடுத்துக் கேட்ட பொழுதும் ரவி அசையலில்லை.

"மாமா - உங்க பெண்ணை நான் நல்லா பார்த்துக்குவேன். பெண்ணை என்ன? பெண்களை நான் நல்லா பார்த்துக்குவேன்.

உங்க காலத்துக்குப் பிறகு உங்க இரண்டாவது மகள் விஜயாவை எங்க மகளா நினைச்சுப் பார்த்துக்குவேன் - ஆனா இந்த நாட்டியம் - மேடை - ஊர் ஊராப் போய் கச்சேரி இதெல்லாம் சரியாவே வராது.

"ரவி ப்ளீஸ்" என்று குரு தொடங்கவும், 'ப்ளீஸ் இதுக்கு மேலே நானா நாட்டியமான்னு முடிவு செஞ்சுக்கோங்க' என்று ரவி சொன்னபோது வீணாவும் அவள் பெற்றோரும் நொறுங்கிப் போனார்கள். ரவிக்குள் இருக்கும் அந்தப் பொறுப்பான மனிதனை நினைத்து நிம்மதி கொள்வதா அல்லது காரணமே இல்லாமல் ஒரு கலையின் மீது அவன் கொண்டிருக்கும் முடிவினை எண்ணி நிம்மதியிழந்து அலைவதா என்று தெரியாமல் தவித்தார்கள். வீணாவை எப்படி எதிர்கொள்வது? அவளை நாட்டியத்திலிருந்து பிரித்துப் பார்க்கவே அச்சமாக இருந்தது. ஆனால் அவர்களின் எந்த மனஉளைவும் எதையும் மாற்றிவிடவில்லை. வீணா எந்த எதிர்ப்பையும் காட்டவில்லை. தனக்குத் தவறிழைத்து விட்டோமே என்று புழுங்கும் பெற்றோர்களை மேலும் துன்பப்படுத்த அவள் விரும்பவில்லை. தன் சலங்கைகளுக்குத் தனக்குள்ளேயே ஒரு கல்லறை கட்டிக் கொண்டாள். ரவியோடு வாழ்க்கையைத் தொடர்ந்தாள். ரம்யா பிறந்தாள். அவளுக்கு எட்டு வயதாகும் போது ஒருவருக்குப் பின் மற்றொருவராய் வீணா தன் பெற்றோரை இழந்தாள். அவர்களுக்கு ஏற்பட்ட மாரடைப்பு தன்னை நினைத்து நினைத்தே வருத்தத்தில் ஏற்பட்டுவிட்டது என்பதை அவளால் உணர முடிந்தது.

ஆறுதல் சொல்ல வந்த ரவியை "ஒண்ணும் சொல்லிடாதீங்க" என்று தடுத்து விட்டாள்.

"நான் காரணமா...?"

"ப்ளீஸ் ஒண்ணும் பேசிடாதீங்க" என்பதோடு அந்த பேச்சு நின்றது.

சொன்ன வார்த்தைக்கு நேர்மையாய் விஜயாவை வீட்டுக்கு அழைத்து வந்து அவளைத் தன் சொந்த மகளாய்ப் பார்த்துக் கொண்டான் ரவி. ரம்யாவுக்கு பனிரெண்டு வயதாகும்போது

வீணா விஜயாவையும் இழந்தாள். ரம்யா பன்னிரண்டாம் வகுப்பு முடித்ததும் மேற்படிப்புக்கு கலிபோர்னியா போக வேண்டும் என்று தீவிரமாக நின்றாள்.

“அவளைப் போக விடுங்கள்” என்று மட்டும் வீணா சொன்னபோது அதற்கு மேல் ரவி எதுவும் பேச விரும்பவில்லை.

வார்த்தைகளால் பேசப்படாத ஒரு குற்றச்சாட்டு தன்னை நிழல்போல் தொடர்ந்துகொண்டிருப்பதை அவனால் உணர முடிந்தது.

ரம்யா மேற்கொண்டு படிக்க கலிபோர்னியா போன பொழுது வீடு காலியாக இருந்தது. அந்த நிசப்தம் ஒரு அச்சத்தை கொடுத்தது. வேலைக்குப் போகும் தனக்கே இத்தனை வெறுமை என்றால் வீணாவுக்கு எப்படி இருக்கும் என்று அத்தனை வருடங்களில் அன்றுதான் முதன் முதலில் ரவி யோசித்தான். வீட்டு வேலைக்கும், குடும்பப் பராமரிப்புக்கும் வீணாவை தின்னக் கொடுத்து விட்டோமே என்று அவனுக்கு உள்ளூர தைத்தது. ஏன் அவள் நடனக் கலைக்கு இத்தனை எதிராக இருந்தேன் என்று தன்னைத் தானே கேட்டுக் கொண்டான். அவனுக்கே காரணம் புரியவில்லை. சில நேரத்தில் பொதுப்புத்தியில் இயங்குவதே இங்கு பெரும் பிரச்சனை. வாழ்க்கையின் நிறைவில் நமக்கே நமக்கான பிடித்த ஏதாவதொரு ஒரு விஷயத்தை விட்டு விடவேண்டும் என்று வந்தால் எதை விடுவது என்பதில் எத்தனை குழப்பம் வருகிறது. பிடித்த விஷயத்திலேயே கொஞ்சமாய்ப் பிடித்த விஷயத்தை விடத்தானே தோன்றுகிறது. ஆனால் வாழ்க்கையிலேயே அதிகம் பிடித்த ஒரு விஷயத்தை வேரோடு பிடுங்கி எறிந்தபோது வீணா எப்படித் துடித்திருப்பாள் என்று இப்போது நினைத்துப் பார்த்தால் ரவிக்குக் கொடுமையாகவும் வெட்கமாகவும் இருந்தது.

படுக்கையில் சாய்ந்தபடி கிடந்த வீணாவின் கண்களைப் பார்க்கக் கூட முடியவில்லை. ஒருத்தியின் கனவை கலைத்து அதன் மீது என்ன விதமான வாழ்கையை வெற்றியாக வாழ்ந்திருக்கிறோம் என்று நினைக்க அவமானமாக இருந்தது.

இதற்குப் பெயரா வெற்றி என்று குடைந்தது.

"ஊர் ஊராப் போய் நாட்டியமாடி அதெல்லாம் சரியா வராது."

"எதெல்லாம் சரியா வராது?"

"எதுவும் சரியா வராது?"

"சாப்பாடு, துணிமணி, வீடு பராமரிப்பு, தன் வசதிகள், குழந்தையின் வசதிகள். 'எதுவும் சரியாக வராது' என்பது இந்த வசதிகளை அடக்கிய நினைப்பு தானே? இந்த நினைப்பு தானே ஒருத்தியின் கனவை நசுக்கிப் போட்டது?"

ரவி நடந்தவற்றையெல்லாம் நினைத்துக் குமுறினான். இனி வீணாவை எப்படிப் பார்த்துக்கொண்டுதான் என்ன? இந்தப் படுக்கையில் வீழ்ந்துவிட்ட நிலையில், படுத்துக்கிடக்கும் ஒருத்திக்கு எத்தனை செய்தாலும் அவளுக்கு அது என்ன மகிழ்வையும் நிறைவையும் தந்துவிடும்? சரியாகப் பேசக்கூட முடியாமல் வீழ்ந்து கிடக்கும் அவளைப் பார்க்க ரவிக்கு ஒவ்வொன்றாய் நினைவுக்கு வந்தது.

"என்ன இது?"

"என்ன என்பதாய் ரவியைப் பார்த்தாள் வீணா."

"பூஜை அறைக்குள் சலங்கையை கட்டிக்கொண்டு நாட்டியமாடிட்டு கற்பூர ஆரத்தி எடுக்கற?"

"எல்லாரும் மல்லிப்பூ, அரளிப்பூ போட்டு பூஜை செய்வாங்க; நான் ஒரு மன அமைதிக்கு அலாரிப்பூ போட்டு பூஜை செய்யறேன்."

"அது என்ன அலாரிப்பூ?"

"அலாரிப்பூ"- அது உங்களுக்குப் புரியாது; சரி ரவி-

பூஜை அறைக்குள்ள ஆடறது கூட தப்பா?"

"தப்பில்லை - ஆனா என்ன ஆட விடமாட்டேன்னு சொல்லறயில்லை என்று சொல்லிக் காட்டுற மாதிரி இருக்கு உன் ஆட்டம்."

“நீங்களா வீணா கற்பனை பண்ணிக்கிறீங்க.”

“சலங்கை சத்தம்; தினம் தினம் நான் கிளம்பும் போது சலங்கை சத்தம் அதான் அந்த அலாரிப்பூ - நீ வேலைக்குபோற - என் வேலையைக் கெடுத்துட்டேன்னு சொல்லாம சொல்றியா?”

“நாட்டியம் எனக்கு அது வேலையில்லை ரவி - உயிர். அது கூடாதுன்னு சொல்லிட்டீங்க. மீற முடியாது. ஆனா வீட்டுக்குள்ள பூஜை அறையில கூட ஆடக் கூடாதா?”

“ஆடு - சலங்கை இல்லாம ஆடு.”

“அப்படி சலங்கை இல்லாம ஆடறது, மணி அடிக்காம சாமிக்கு கற்பூரம் காட்டுவது மாதிரி - மணி ஓசை இல்லாம நைவேத்தியம் செய்ய முடியுமா?”-

“முடியும் செஞ்சுப் பாரு.”

“உலகத்துலயே சத்தம் போடுறது ஒரே ஒரு பூதான். அதான் உன் அலாரிப்பூ.”

“அது சத்தம் இல்லை ஜதி - ஜதி - இதை எப்படி ரவிக்கு புரியவைப்பது?”

சில நேரங்களில் புரிந்துகொள்ளாத இடத்தில் மனிதர்கள் முன் விவாதிப்பதும், நியாயம் கேட்பதும் கூட அவமானமாகத் தான் போய்விடுகிறது.

"சலங்கையைக் கட்டிக்கொண்டு பூஜை அறையில் ஆடுவதை வீணா அன்றோடு நிறுத்திக்கொண்டாள். அதற்குப் பின் ரவி அந்தச் சலங்கையைப் பார்க்கவேயில்லை. ஒரு விதத்தில் அது அவனுக்கு நிம்மதியாக இருந்தது. அதற்குப் பின் நாட்டியத்தைக் குறித்து அவர்களுக்குள் எந்த விவாதமும் எழவேயில்லை. இதற்கு முன் ஒரே ஒரு முறை அவர்களுக்குள் ஒரு வாக்குவாதம் எழுந்தது.

ரம்யா வளர்ந்து ஐந்து, ஆறு வயது இருக்கும். அப்போது நடந்த விஷயம் ரவிக்கு மறக்க முடியாத விஷயமாக இப்போதும் நினைவில் இருந்தது. “வீட்டுலேயே குழந்தைக்கு

டான்ஸ் சொல்லிக்கொடேன். சும்மா ஒரு பொழுதுபோக்கா கத்துக்கட்டும்; உனக்கும் சந்தோஷமா இருக்கும்" ரவி சொன்னதை ஒரு இகழ்ச்சியோடு பார்த்தாள் வீணா.

"ஏன் - சொல்லித் தரமாட்டியா" என்று அவள் இகழ்ச்சியைக் கவனிக்காதது போல ரவி கேட்க,

"சொல்லித்தருவதில் ஒரு பிரச்சனையும் இல்லை -

என்னை மேடைக்குப் போகக் கூடாதுன்னு நிறுத்த நீங்க எவ்வளவு கஷ்டப்பட்டீங்க. அதே கஷ்டம் இன்னொரு மனுஷனுக்கு வந்துடக் கூடாதில்ல? எதுக்கு ஒண்ணை சொல்லிக் கொடுப்பானேன் - அப்புறம் அத விட்டுடுன்னு பிடிங்கிப்பானேன் - ஒருத்தன் பசியா இருக்கறது கூடப் பிரச்சனை இல்லை. ஆனா அவனைக் கூப்பிட்டு உனக்கு பிச்சை போட மாட்டேன்; பசியிலேயே சாவுன்னு சொல்றது தப்பு; சோறு வைப்பேன்; ஆனா நான் சொல்ற வரைக்கும் தான் நீ சாப்பிடணும் நிறுத்துன்னு போது நிறுத்திடணும்னு சொல்றது அதைவிட கொடுமை. இதுக்குப் பசி மயக்கத்துல இருக்கிறதே நல்லது" வீணா அப்படிப் பேசி அதுவரை ரவி கேட்டதில்லை.

ஏழு ஆண்டு மௌனத்திற்குப்பின் தன் மனக்கொதிப்பை மொத்தமாக அன்று கொட்டிவிட்டாள். ரவியால் பதில் எதுவும் பேசவே முடியவில்லை. வீணாவை நேர்கொண்டு பார்க்கவும் முடியவில்லை. வீணா அதற்குப் பின் ஒரு முறை கூட இது விஷயமாக அவனிடம் வாதிட்டதில்லை.

அன்றும் கூட அவன் கேட்கப் போக அவள் பதிலாகத்தான் அப்படிப் பேசிவிட்டாள். வீணாவுக்கும் ரவிக்கும் இடையில் இப்படி ஓர் அகழி விரிந்து கிடப்பதை யாரும் அறிந்ததில்லை. ரவியே அதைப் பல ஆண்டுகள் உணராமல்தான் இருந்தான். தன் மனசுப்படி, தான் விதித்த ஆணைப்படி வீணா நடந்து கொள்கிறாள் என்று பெருமிதத்தோடு இருந்த அவனுக்கு அன்று அவள் பேசியபோதுதான் அவர்களுக்கு இடையில் இப்படி ஒரு அகழி இருப்பதை அவன் மனம் கவனித்தது. தான் ராஜா

என்று நினைப்பிலும் கோட்டையில் வாழும் கம்பீரத்தோடும் வாழ்ந்துகொண்டிருந்தவன், தன் ராணி அகழிக்கு அந்தப் பக்கமே நின்றுகொண்டு இருக்கிறாள் என்பதை தெரிந்து கொண்ட அந்த நொடி மனத்திற்குள் விண்ணென்று தெறித்தது. இதுவரை தான் மட்டுமே தனியாக வாழ்ந்து வந்திருக்கிறோம்; வீணா தன் கூட இருந்திருக்கிறாள் என்று விளங்கியது.

இருட்டிவிட்டது. மணி ஆறரை ஆகியிருந்தது விளக்குக் கூட போடாமல் நடந்து விட்ட எல்லா விஷயங்களையும் நினைத்து வருந்தியவாறு ரவி உட்கார்ந்து இருந்தான்.

வீணா லேசாக அசைந்து அவன் கவனத்தைத் திருப்பினாள். அவளுக்குத் தண்ணீர் வேண்டியிருந்தது. தண்ணீரை மெதுவாகக் குடிக்க வைத்தான். இந்த இரண்டு மாதத்தில் அவள் நோய் முற்றலின் உச்சத்தில் சுருங்கியிருந்தாள்.

“மன அழுத்தத்தால் கான்ஸர் வருமா டாக்டர்?”

ரவி கேட்டபோது, டாக்டர் இல்லை என்பதாக மறுத்தார். “அப்படிச் சில ஆய்வுகள் செய்யப்பட்டாலும் அது முடிவாகவில்லை. மன அழுத்தம் நேரிடையாக கான்ஸர் நோயை ஏற்படுத்தாது ரவி... ஆனால் மன அழுத்தத்தால் ஒருவர் பழகிக்கொள்ளக்கூடிய மது, புகை, அதீதமான உணவு இவை சில நேரம் காரணிகளாக அமைந்துவிடும்.”

டாக்டர் சொன்ன எதுவும் வீணாவுக்குப் பொருந்தாது. ஆனால் வீணாவுக்கு கான்ஸர் முற்றிய நான்காவது நிலையில்தான் அதைக் கண்டுபிடித்தார்கள். அவளது நாட்கள் கணக்கிடப்பட்டு விட்டன.

“மருத்துவம் என்று கஷ்டப்படுத்தாதீர்கள்” என்று டாக்டர் சொன்னபோது ரவி உடைந்து போனான். சாப்பாடு என்று பெரிதாக அவளால் ஒன்றும் எடுத்துக்கொள்ள முடியவில்லை. எந்தத் துன்பமாக இருந்தாலும் அதை வெளியே சொல்லாதவாள் தானே!

மகளுக்கு நடனம் சொல்லித் தருகிறாயா என்று ரவி கேட்ட அந்த ஒரேயொரு சந்தர்ப்பத்தை தவிர அதற்கு முன்னும்

பின்னும் ஒருமுறை கூட ரவியிடம் அவள் கடுமையாகப் பேசியதேயில்லை. இதோ இப்போதும் அமைதியாகத்தான் படுத்துக்கொண்டிருக்கிறாள்!

வெளிநாட்டிற்குப் படிக்கச் சென்றிருக்கும் மகளிடம் வீணாவின் நிலையைக் குறித்துச் சொல்ல முடியாமல் புழுங்கினான் ரவி.

"வீணா, ரம்யாவிடம் சொல்லட்டுமா ப்ளீஸ்" என்று மிகுந்த தயக்கத்தோடு தான் கேட்டான்.

"வேண்டாம் - அவளது படிப்பு பாதியில் நின்றுவிடக்கூடாது" என்று உறுதியாக வீணா பேசியபோது அந்தப் "பாதியில்" என்ற வார்த்தையில் அவள் கொடுத்த அழுத்தும் ரவியை கட்டிப் போட்டது.

அடுத்த இரண்டாவது வாரத்தில் அது நடந்தே விட்டது. சொல்லிக் கொள்ள பெரிய உறவுகள் இல்லாத தன் வாழ்க்கையில் வீணா, ரவியைப் பிரிந்தது அவனை மொத்தமாய், ஒரு குற்ற உணர்வுக்குள் நிரந்தரமாய் உறையவைத்துவிட்டது.

கடைசி வரை தன் தலையணைக்குக் கீழ் அவள் சலங்கைகளை வைத்துக்கொண்டே இருந்தாள் என்பதை நினைக்க நினைக்கத் துக்கம் பொங்கியது. தன் வீட்டுக்குள்ளேயே அவள் வேலைகளையே ஒரு நடனமாக மனத்துக்குள் கட்டமைத்து வாழ்ந்துவிட்டாள் என்று அவனுக்குப் புரிந்தது. சலங்கையின்றி அவள் ஆடிய அந்த மொத்த ஆட்டத்தையும் புரிந்துகொள்ளாதவன், அவள் பூஜையறையில் சலங்கையோடு ஆடியதை மட்டும் எதிர்த்ததையும் தடுத்ததையும் நினைத்து வெட்கப்பட்டான்.

ஒரு உயிர் தன் மனைவியாகிவிட்டதாலேயே அது என்னவாக இருக்க வேண்டும் என்பது தன் முடிவு என்று நினைத்ததை எண்ணி அவமானப்பட்டான். இனி மகள் வந்து செய்யப் போகும் பிரச்சனைகள் எதுவானாலும். அதை எதிர்கொள்வது ஒன்றேதான் வீணாவுக்குச் செய்யும் மரியாதை என்று உறுதியாக நம்பினான். வீணாவின் அஸ்தியோடு சில சலங்கை மணிகளையும் சேர்த்து அந்தப் பானையைக் கடலுக்கு

சமர்ப்பித்தான். கலையென்னும் கடலை எந்தப் பானைக்குள்ளும் எவரும் அடக்கிவிடமுடியாது என்பதை அந்த மணற்பரப்பில் படுத்து விரிந்து வானத்தின் கீழ் நினைத்து விம்மி அழுதான். வீடு திரும்பிய பொழுது எங்கும் நிசப்தம் நிரம்பி வழிந்தது.

ரவிக்கு சலங்கைகளைப் பற்றி ஒன்றும் தெரியாதுதான். ஆனால் இப்போதெல்லாம் அன்றாடம் நாட்டியம் இல்லாத போதும் சலங்கையை மணிபோல அசைத்து. ஒரு அலாரிப்பூவை சமர்ப்பித்து அவன் பூஜையை நிறைவு செய்கிறான்.

கலைமகள் - பிப்ரவரி 2022

தருணங்கள்

அத்தனை வேகத்தை எது கொடுத்தது என்று தெரியவில்லை. ஒரு சன்னதம் வந்ததைப் போல குழந்தையைத் தூக்கிக்கொண்டு பாக்கியம் படி இறங்கி ஓடியபோது வினிதாவுக்கு பயமும் கவலையும் அப்பிக்கொண்டது.

குழந்தையின் தலை சற்று 'மடேர்' என்று தட்டியதும் பாக்கியம் ஓடிச் சென்று குழந்தையைத் தூக்கினாள். ஒரு வினாடி தாமதித்து குழந்தை வீறிட்டு அழுதது. மடமடவென்று இடதுபுற நெற்றி புடைத்துக்கொண்டுவிட்டது.

இப்போது அழுகை இன்னும் வீரியம் அடைந்தது.

பாக்கியத்தின் பார்வையில் வெறுப்பும் கோபமும் கொப்பளிப்பதை வினிதா துல்லியமாகப் பார்த்தாள்.

வினிதா கோயம்புத்தூரில் உள்ள ஒரு அரசு பொறியியல் கல்லூரியில் பட்டம் பெற்றவள். சென்னையில் பிரபல மென்பொருள் நிறுவனத்தில் வேலை. அவள் அப்பாவும் அம்மாவும் கோயமுத்தூரில் சொந்த நிலத்தில் விவசாயம் செய்து வந்தார்கள். அவள் ஒரே தம்பி பழனிவேல் மேலாண்மை படிப்பை முடித்துவிட்டு கனடாவில் ஒரு நிறுவனத்தில் வேலையில் இருந்தான்.

வினிதா வேலை பார்த்த நிறுவனத்தில் ராமும் வேலையில் இருந்தான். இருவரும் சென்னையின் பழைய மகாபலிபுரம் சாலையில் இருந்த ஒரு குடியிருப்பில் அடுத்தடுத்த கட்டடங்களில் வசித்து வந்தார்கள். வினிதா அவள் வயதொத்த இன்னும் சில பெண்களோடு சேர்ந்து ஒரு குடியிருப்பை வாடகைக்கு எடுத்து, தங்கி வேலை பார்த்தாள். அவள் குடியிருப்பிலிருந்து அலுவலகம் நடந்து போகும் தூரம்தான். அலுவலகம் சென்று திரும்புகையில் நடைப்பயண நண்பனானான் ராம். விடுமுறை நாட்களில் குடியிருப்பிலிருந்த சிறிய பூங்காவில் ராமின் தாய் பாக்கியத்தை அவ்வப்போது வினிதா சந்தித்தாள். அவர்களுக்கு சொந்த ஊர் ஈரோடு என்று பாக்கியம் சொன்னபோது, அவர்களுக்குள் ஒரு சிறிய நெருக்கம் உண்டானது.

வினிதாவின் அம்மா ஒருமுறை சென்னை வந்திருந்த போது பூங்காவில், பாக்கியத்தைச் சந்தித்துப் பேசிக்கொண்டு இருந்தார். தன் மகன் ராமசாமிக்கு பெண் தேடிக் கொண்டிருப்பதாக பாக்கியம் வினிதாவின் அம்மா பத்மாவிடம் சொல்லியிருக்கிறார்.

பாக்கியம் ராம் தனது ஒரே மகன் என்றும், தன் கணவர் அவனுக்கு பத்து வயது இருக்கும்போது ஒரு விபத்தில் இறந்து விட்டதையும் தான் அவர் வேலை பார்த்த அதே காப்பீட்டுக் கழகத்தில் வேலைக்குச் சேர்ந்து ராமை பொறியியல் படிப்பு படிக்க வைத்து, அவனுக்கு வேலை கிடைத்ததும் சென்னைக்கே அவனோடு வந்து விட்டதையும் சொன்னாள். சொத்து என்று எதுவும் இல்லாவிட்டாலும், ராம், நல்ல பழக்கங்களோடும் வளர்க்கப்பட்டவன் என்றாள். அவர்கள் குடும்பமும் ஏற்றுக் கொண்டால் வினிதாவுக்கும் ராமுக்கும் திருமணம் செய்வது பற்றிப் பேசலாம் என்று சுற்றிவளைக்காமல் கேட்டாள். பத்மாவதி இதை எதிர்பார்க்கவில்லை. தன் மகளை கேட்டுச் பதில் சொல்வதாகச் சொன்னாள்.

அன்றிரவு வினிதாவிடம் விஷயத்தைச் சொன்னபோது, அவள் ஒரு முறை ராமிடம் பேச வேண்டும் என்று சொன்னாள். ராமும் வினிதாவும் பேசியதில் அவர்கள் இருவருக்கும் பெரிய இடைவெளி இருப்பதாக அவர்களுக்குத் தோன்றவில்லை. தன்

தாயாரை விட்டு தனியாக வரமுடியாது என்று தன் நிலையைப் பற்றி ராம் தெளிவாகச் சொன்னான். தன் தாயார் சற்று கண்டிப்பு நிறைந்தவள் என்பதையும் கோடிட்டுக் காட்டினான்.

வினிதாவுக்கு ராம் சொன்ன விஷயங்கள் ஒரு பிரச்சனையாகவோ இல்லை தன்னிடம் ஏதோ பெரிதாக அவன் எதிர்பார்ப்பதாகவோ தோன்றவில்லை. அந்தச் சந்திப்பிற்குப் பின் இருவரும் திருமணத்திற்கு சம்மதம் தெரிவித்தார்கள். பாக்கியம் இரண்டு குடும்பமும் சமமாகச் செலவு செய்து எளிமையாக திருமணம் செய்யலாம் என்று சொல்லிவிட்டாள். சொன்னபடியே நடந்து கொண்டாள்.

திருமணத்திற்குப் பின் எல்லோரும் ஒன்றாக வாழத் தொடங்கும்போதுதான் அன்றாட வேலைகளில் பாக்கியம் காட்டும் கண்டிப்பும், கறார் தன்மையும் ஒரு மிகப்பெரிய பிரச்சனையாக உருவெடுத்தது. தனியான பெண்ணாக குடும்பத்தை நடத்திவிட்டதால் எதிலும் ஒரு துல்லியத்தை அவள் மனம் எதிர்பார்த்தது. அது ஒரு கவனிக்கப்படவேண்டிய பிரச்சனை என்று தொடக்கத்தில் வினிதா சொன்னபோது ராமுக்கு அது புரியவில்லை. புரியாதவர்களிடம் பேசுவதில் பயனில்லை என்று வினிதா விட்டுவிட்டாள். அதற்குப் பின் அவனிடம் அதுபற்றி அவள் பேசவே இல்லை. நாளடைவில் வினிதாவும், பாக்கியமும் ஒத்திசைவின்றி விலகி நின்றார்கள். ராமும், வினிதாவும் இதுபற்றி எதையும் பேச முடியாத ஒரு இறுக்கம் ஏற்பட்டுவிட்டது. அவர்களுக்குள் காரணமின்றி ஒரு இடைவெளி ஏற்பட்டது.

எல்லாம் சரியாக நடக்க வேண்டும் என்று ஒரு அதிகாரியைப் போல வீட்டுக்குள் நடந்துகொள்ளும் பாக்கியம், ஒரு குறைகூட சொல்ல முடியாத அளவிற்கு தன் வேலைகளை மிகச் சரியாகச் செய்துவிடுவாள். தான் இருப்பது போலவே வீட்டில் உள்ள அனைவரும் கவனமாகவும் மிகச் சீராகவும் நடந்துகொள்ள வேண்டும் என்பதே அவள் எதிர்பார்ப்பு. உண்பது, உடுத்துவது, வீடு பராமரிப்பது என்பதில் செறிவாகவும் சரியாகவும் இருந்த பாக்கியத்தால் யாரும் சற்று ஏறுமாறாக இருப்பதையும்

பொறுத்துக்கொள்ள முடிந்ததில்லை. எதுவும் கலையாமல் வைத்த இடத்தில் இருக்க அது ஒன்றும் அருங்காட்சியகம் அல்ல; வீடு, என்பது வினிதாவின் இயல்பான எண்ணம்.

திருமணமான ஒரு வருடத்திற்குள் பாக்கியத்திற்கும் வினிதாவுக்கும் இடையில் ஒரு பெரிய பள்ளம் உருவாகத் தொடங்கிவிட்டது.

காலையில் அவசரமாகப் புறப்படும்போது, நிதானமாக பாக்கியம் சொல்லும் வீட்டின் ஒழுங்கு விஷயங்களைக் கேட்டுக்கொள்ள அவளுக்கு நேரம் இருக்காது. கடுமையாக வேலை பார்த்துவிட்டு, சோர்வாக வீடு வரும்போது, விட்ட இடத்திலிருந்து மீண்டும் சின்னச் சின்ன ஒழுங்கு பிரச்சனைகளை பாக்கியம் தொடங்குவது வினிதாவுக்கு எரிச்சலை ஏற்படுத்தும்.

வினிதா எதுவும் எதிர்த்துப் பேசுவதில்லை. சிறுவயதிலிருந்தே, தன் உணர்வுகளைப் பூட்டி வைத்துக்கொண்டே பழக்கப்பட்டு விட்டதால் எப்போதும், எதற்கும், யாரிடமும் வாக்குவாதங்களில் வினிதா ஈடுபடுவதில்லை. அவள் பதில் பேசாமல் போய் விடுவதால் பாக்கியம் அவள் மீது அடுக்கடுக்காய் வைக்கும் அற்பக் குறைகள் வீடு முழுக்க நிரம்பி வழியத் தொடங்கியது.

பிரிந்து போக, பெரும் பிரச்சனைகள் தேவைப்படுவதில்லை! சிறு சிறு பிரச்சனைகள் அன்றாட நிகழ்வுகளாக மாறும் பொழுது அவை தீர்க்க முடியாத பிரச்சனைகளாகப் பேருருக் கொண்டு விடுகிறது.

பேசித் தீர்த்துக்கொள்ள முடியாத எல்லைகளுக்கு அப்பால் வினிதாவும் பாக்கியமும் விலகி நின்று விட்டார்கள். ஒரே வீட்டுக்குள் பேசிக்கொள்ளும் சூழல் கூட இல்லாமல் கனத்த மௌனங்களாக நாட்கள் நகர்ந்தன. தன் வேலைகளை, பட்டுக் கத்தரித்தாற்போல் செய்யும் அம்மாவிடம் எல்லோரும் அப்படி இருக்க முடியாது என்று எப்படிப் புரியவைப்பது என்று ராமுவுக்குத் தெரியவில்லை. அம்மா துவண்டு விடுவாள் என்று கவலை எழுந்தது. அத்தனை துல்லியம்

தேவையில்லை என்று பேசினால். எல்லோருமே சரியாகத் தான் இருக்கிறார்கள். ஆனால் எல்லாம் சரியாக இல்லை என்பதுதான் கையாள்வதற்குக் கடினமான பிரச்னையாக மாறிவிடுகிறது. பேசிக்கொள்ளாத, பழிச்சண்டை போட்டுத் தீர்த்துக்கொள்ளாத பிரச்சினைகள் கசப்பாக மாறி மனத்தை வெம்ப வைத்து விடுகின்றன. வீட்டின் சூழலால் வினிதாவும் ராமும் பேசிக்கொள்வதும் கூடக் குறைந்துபோனது. ஒரே வீட்டுக்குள் பல நேரம் இருவரும் குறுஞ்செய்தி அனுப்பி கொள்ளும் அளவுக்கு இறுக்கம் ஏற்பட்டுவிட்டது.

மறுவாசிப்பு செய்வதைப்போல கடந்து போய்விட்ட சம்பவங்களை அசைபோடும்போதுதான் அங்கேயே தீர்க்கப்படாத பிரச்சினைகள் விசுவரூபம் எடுத்துவிட்டன என்பது புரிகிறது. சின்னப் பொறிதானே என்ற அலட்சியம் செய்தவை தீவட்டி வீசி எறியப்பட்ட கூரை போல் கொழுந்து விட்டு எரியத் தொடங்கிவிடுகிறது. ஊர்கூடி அணைத்தாலும் கூட, நெருப்பை அணைக்க முடியுமே தவிர எரிந்து அழிந்து விட்ட பொருட்களை மீட்க முடிவதில்லைதானே!?

வினிதாவுக்கும், பாக்கியத்திற்கு, ராமுக்கும் இடையில் ஊடாடிய பிரச்னைகள் மனங்களுக்குள் சிக்கிக்கொண்ட பிரித்தெடுக்க முடியாத முடிச்சுகளாய் மாறிவிட்டன. இதெல்லாம் ஒரு பிரச்சனையா என்ன என்று தோன்றினாலும், இதெல்லாமும் பிரச்னைதான் என்று சில பிரச்சனைகள் கரப்பான்பூச்சிகளைப் போல வீடு முழுக்க நிறைந்துவிடுகின்றன. அங்கு வாழ ஒரு விருப்பமின்மை தோன்றிவிடுகிறது.

கரப்புகளை அழித்துவிட்டாலும், அது ஊட்டிய நினைவுகள் ஒரு நீக்க முடியாத அருவருப்பையும், தந்துவிடத்தான் செய்கிறது. சில பிரச்சனைகளும் அப்படித்தான் நான்கு ஆண்டுகள் பேசப்படாத மௌனப் போராட்டங்களைக் கடந்து, வினிதாவும் ராமும் பக்கத்து தெருவுக்கு தனியாகக் குடிபெயர்ந்தார்கள்.

பாக்கியம் தனியாக இருப்பதால், அவரை அன்றாடம் வந்து பார்த்துக்கொள்ளக்கூடிய வகையில் ராம் ஒரு வீட்டை தேர்ந்தெடுத்தான்.

வினிதா பாக்கியத்தை பார்க்க, உடன் செல்வதிலோ அல்லது எந்தவிதமான தேவைகளையும் செய்து கொடுப்பதிலோ ஒரு சிறு சுணக்கம் கூடக் காட்டியதில்லை. எல்லோருமே சரியாக இருக்கிறார்கள். ஆனால் சேர்ந்து வாழத்தான் முடியவில்லை.

நான்கு ஆண்டுகள் கடந்தும் குழந்தை இல்லை என்பதால் ராமுவும், வினிதாவும் முடிவு செய்து கருத்தரிப்பு மையத்தின் உதவியோடு குழந்தையைப் பெற்றுக்கொள்ளத் தீர்மானித்தார்கள். அவர்களின் ஆசை பெரும் முயற்சிக்குப் பின் வெற்றி பெற்றது. சுடர்விழி பிறந்தாள்.

குழந்தை பிறந்ததும் வினிதா மிகவும் பலவீனமாக இருந்தாள். கோயமுத்தூரிலிருந்து வந்த அவள் அம்மா ஊரில் விவசாய வேலை பார்ப்பதால் அதிக நாட்கள் சென்னையில் தங்கி இருந்து அவளைப் பார்த்துக்கொள்ள முடியவில்லை. சுடர்விழியை ஒற்றை ஆளாக நின்று பார்த்துக்கொள்ள வினிதாவால் முடியவில்லை.

வினிதாவைப் பார்த்துக் கொள்ள என்பதையும் தாண்டி பாப்பா சுடர்விழியைப் பார்த்துக்கொள்ள ஓர் அனுபவம் நிறைந்த பெரியவர் தேவைப்பட்டார். தங்கள் பிரச்சனையை பாக்கியத்திடம் வினிதாவோ, ராமுவோ பகிர்ந்துகொள்ளாவே இல்லை. ஒருநாள் பாக்கியம் ஒரு பெட்டியோடு அவர்கள் வீட்டுக்கு வந்தாள்.

“எது எப்படியோ குழந்தைக்கு ஒரு வயசு ஆகும் வரைக்கும் நான் பார்த்துக்கிறேன்” என்று தானே முன்வந்தாள்!

வினிதாவுக்கும், ராமுக்கும் அது பெரிய ஆறுதலாக இருந்தது. உள்ளுக்குள் ஒரு அச்சம் இருந்ததை அவர்கள் உணர்ந்தார்கள்.

ஒருவருக்கொருவர் அதிக வார்த்தைகள் பேசாவிட்டாலும் மரியாதையும் அன்பும் நிறைந்த சூழலாக அந்த வீட்டை சுடர்விழியின் வருகை மாற்றியிருந்தது.

எல்லாமும் சரியாகப் போய்க்கொண்டு இருக்கிறது என்று நம்பிக் கொண்டிருந்த போதுதான், பாக்கியத்தின் இயல்பு மீண்டும்

மெல்லத் தலைதூக்கத் தொடங்கியது. அளவுக்கு மீறிய துல்லியம், சுத்தம், அட்டவணைப்படி வாழும் வாழ்க்கை என்ற ஒரு சூழலுக்குப் பழகிவிட்ட பாக்கியத்தால் அதிலிருந்து விடுபடவே முடியவில்லை. குழந்தை இருக்கும் வீட்டில் பலவீனமாக இருந்த வினிதாவால் பாக்கியத்தின் எதிர்பார்ப்புக்கு ஈடுகொடுக்க முடியவில்லை.

குழந்தை விஷயத்தில் வினிதா செய்யும் சின்னச் சின்ன தவறுகளைக் கூட குற்றங்களாக பாக்கியம் பார்த்தார். கட்டுப்பாடு என்பதும்கூட ஒருவிதமான போதை தான் போல. பாக்கியம் அந்த போதைக்கு பல வருடங்களாகப் பழகி விட்டாள், மீள முடியவில்லை. சுடர்விழி ஒரு ஜிலுஜிலு துறுதுறு பாப்பாவாக இருந்தாள். அவளுக்குத் தேவையானதைப் புரிந்து கொண்டு, அவளை முழுவதும் கவனிக்க முடியவில்லையோ என்ற ஏதோ ஒரு பரிதவிப்பு, ஒருவிதமான குற்ற உணர்வு வினிதாவை உள்ளுக்குள் அரித்துக்ஸ்கொண்டே இருந்தது.

பாக்கியம் ஒவ்வொரு முறை அவளை, பாப்பாவின் தேவை குறித்து கவனிக்கச் சொன்னபோதும், ஏன் இது தனக்கே தோன்றுவதில்லை என்ற கேள்வி வினிதாவை உலுக்கத் தொடங்கும்.

ஒருவேளை தான் தாயாக முழுத் தகுதியைப் பெறுவதற்கு தயார் ஆகாமலேயே ஒரு குழந்தைக்கு ஆசைப்பட்டுவிட்டது குற்றமோ என்றெல்லாம் அவள் மனக்குகைக்குள் பல்வேறு கேள்விகள் வௌவால் போல் வசிக்கத் தொடங்கின. அந்த கேள்விகளின் எண்ணிக்கை பெருகப் பெருக, வினிதா மீள முடியாத குற்ற உணர்வுகளால் மனத்திற்குள் தலைகீழாகத் தொங்கத் தொடங்கினாள்.

தன்னைச் சுற்றியுள்ளவர்கள் மனங்களில் என்ன நிகழ்கின்றன என்பதைப் புரிந்துகொள்ளக் கூடிய வல்லமை நிறைந்தவனாக ராம் இல்லாமல் போனது அவன் குற்றமல்ல. அது அவ்வாறு தான் அமைந்துவிட்டது.

பிரசவத்துக்குப் பின் ஒரு மன அழுத்தத்தில் இருந்த வினிதாவுக்கு,

தன் பாப்பாவைப் புரிந்துகொண்டு அதைப் பார்த்துக்கொள்ள முடியாமல் போய்விட்டது இன்னும் பெரிய அழுத்தமாக விரியத் தொடங்கிவிட்டது.

மூன்று மாதக் குழந்தை குப்புறக் கவிழ்ந்து தலையைச் சற்றே தூக்கி வாயில் ஜொள் ஒழுக நிமிர்ந்து பொத்தென்று கீழே தலையை சாய்க்கும். ஒவ்வொரு முறையும் பாப்பா அப்படிச் செய்வது பதட்டம் நிறைந்த தருணமாகவே வினிதாவுக்குத் தோன்றியது.

அப்படியான ஏதோ ஒரு பொழுதில் தன் கவனக் குறைவால் பாப்பா தலை தரையில் மோதிவிடுமோ என்ற பயம் மன அழுத்தமாகி அவளை பீடிக்கத் தொடங்கியது.

இதோ அவள் பயந்தது போலவே பாப்பா கொஞ்சம் வேகமாகத் தலையைச் சாய்க்க, இடது பக்க நெற்றி தரையில் மடேரென்று தட்டி விட சற்றே புடைத்துக்கொண்ட நெற்றியைக் கண்டு பதறிய பாக்கியம் பார்த்த பார்வையில் வினிதாவுக்குள் ஏற்கனவே சுழன்றுகொண்டிருந்த குற்ற உணர்வு விஸ்வரூபம் எடுக்கத் தொடங்கியது.

எதற்காகவும் காத்திருக்காமல் வீறிட்டு அழுத குழந்தையைத் தூக்கிக் கொண்டு மருத்துவமனைக்கு பாக்கியம் ஓடிய பொழுது, கூடவே வா என்று வினிதாவை அழைக்கவோ, வருகிறேன் என்று பாக்கியத்துடன் கிளம்பவோ இருவருக்கும் தோன்றவில்லை. சில வேளைகளில் என்ன நடக்கின்றன என்று உணர்ந்துகொள்வதற்கு முன்பே எல்லாமும் நடந்துவிடுகின்றன.

பிள்ளையைத் தூக்கிக்கொண்டு பாக்கியம் போன பின் அந்த வீட்டைச் சுற்றி இருந்த வெறுமை வினிதாவுக்கு அசாதாரண சூழலை ஏற்படுத்திக் கொடுத்துவிட்டது. இயலாமை, கழிவிரக்கம், குற்ற உணர்வு, எல்லாமும் சேர்ந்து ஒரு கலவையான உணர்வு அப்படியே அவள் மீது மொத்தமாகக் கவிழ்ந்தது. அந்த உணர்வுகளின் ஆக்கிரமிப்பில் உந்தப்பட்டு ஓடிச்சென்ற வினிதா பாப்பாவின் துணிகளைக் காயப்போடும் கயிற்றினை பிரித்தெடுத்து மின்விசிறியில் தொடுத்தாள். இனி உயிரோடு

இருக்கக்கூடாது என்று ஏதோ ஒரு வெறி அவளை ஆட்டிப் படைத்தது. வேறு எந்த யோசனையும் அப்போது அவளுக்கு தோன்றவில்லை. குற்றஉணர்வின் விளிம்பில் நின்றிருந்தவள் தன் காலுக்குக் கீழ் இருந்த நாற்காலியை எட்டி உதைத்தாள். எந்த உணர்வு தன்னை இப்படிச் செய்யத் தூண்டியது என்பது புரிவதற்கு முன் கயிறு அவள் கழுத்தை இறுக்கத் தொடங்கியது.

அவள் தொ..ங்..க..த் தொ..ட..ங்..கி..னா..ள்!

“சாக வேண்டாம்; சாக வேண்டாம்; நான் சாகக்கூடாது” என்று அவள் அடிவயிற்றில் இருந்து பந்து பந்தாக வந்த வாழ்க்கை குறித்த அவள் ஆசைகளை அவளால் ஓசைகளாக மாற்றி விட முடியாமல் போனது. அவசரப்பட்டு விட்டோம் என்ற பரிதவிப்பு கூட அரை மரணத்தின் வழியில் தோய்ந்த நினைவுகளின் திட்டுகளாகத்தான் அவளுக்குத் தெரிந்தது.

‘பாப்பாவுக்கு ஒன்றும் பிரச்சனை இல்லை என்று தெரிந்து கொண்ட பின் செத்துவிட்டால் கூடப் பரவாயில்லை’ என்ற ஏக்கம் கிளர்ந்தது.

‘நான் ஏன் சாக வேண்டும்? குழந்தையை வளர்க்கத் தெரியவில்லை என்ற என் குற்ற உணர்வுக்கு மருந்தே இல்லையா? ராம் என்னிடம் பேசி இருக்கலாமே? நானும்தான் பேசி இருக்கலாம்! பாக்கியத்தம்மா அன்பு நிறைந்தவர்தான். கேட்காமலேயே உதவிக்கு வந்தவர்தானே? கண்டிப்பாக இருப்பது குற்றமா என்ன? ஐயோ யாராவது என்னைக் காப்பாற்றிவிடுங்களேன் என்று கூக்குரல் வெறும் காற்றாக கூட ஏன் வெளியேறவில்லை?’ தன்னை மீறி எல்லாம் நடக்கிறது என்பது அவளுக்குப் புரிந்தது. அவளால் அதிலிருந்து விடுபட முடியவில்லை.

‘நான் செத்துவிட்டால் கடைசி வரை பிழைத்துக்கொண்டேனா இல்லையா என்று எனக்குத் தெரியவே தெரியாமல் போய்விடும் தானே? நான் இனிமேல் சுடர் பாப்பாவைப் பார்க்கவே முடியாதோ’?

‘அட நான் பார்க்காவிட்டால் கூட பரவாயில்லை! சுடர்

பாப்பா என்னைப் பார்க்கவே முடியாமல் செய்துவிட்டேனோ?'

அவள் நினைவடுக்கில் ஓடும் வார்த்தைகள் கூட இப்போது கலங்கலாய்ப் போய்க்கொண்டிருந்தது.

'நான் சாகக் கூடாது; நான் சாகக் கூடாது; யாராவது என்னைக் காப்பாற்றிவிடவேண்டும். இன்னும் ஒரே ஒரு வாய்ப்புக் கிடைத்தால் எல்லாமும் சரியாக இருக்க என்ன செய்யலாம் என்று எப்படியும் தெரிந்துகொண்டுவிடுவேன்.'

ஏதோ ஒரு மயக்க நிலைக்குள் போவது போல எந்த ஒளியும் உள்ளேற முடியாத இருளுக்குள் தள்ளப்படுவது போல மட்டுமே தோன்றுகிறது. இப்போது மிக சன்னமான ஓர் ஒலி மட்டுமே கேட்பது போல் இருக்கிறது. 'இது நிஜமா; கற்பனையா? சாகும் போது ஏதாவது சத்தம் கேட்குமா என்றுகூடத் தெரியவில்லை. நம்மைச் சுற்றி நடப்பது என்ன என்று புரியாத ஓர் அடர்ந்த இருளுக்குள் தள்ளப்படுவதுதான் மரணமா? இப்போது நான் பேசிக்கொண்டு இருக்கிறேனா; அல்லது நினைத்துக் கொண்டிருக்கிறேனா?"

பேச்சிழந்த நிலைக்கு வந்தவுடன் நினைத்துப் பார்த்தல் என்பது சாத்தியமா? ஒரு உயிரின் மிச்சம் இன்னும் ஒட்டடை போல் உடம்பில் ஒட்டிக்கொண்டிருக்கையில், அது அதிவேகமாய் சிலந்தி போல் இப்படி நினைவு வலையைப் பின்னித் தீர்த்து விடுமா?

'நான் தீர்ந்து போகக்கூடாது... தீர்ந்து போய் விடவே கூடாது. ஒலி கேட்பது நிஜத்திலா? சன்னமாக. மிக சன்னமாக... மிக மிக சன்னமாக ஓர் ஒலி கேட்பது போல் இருக்கிறதே?'

கதவு உடைக்கப்பட்டு கீழே இறக்கப்பட்டாள்.

ஆம்புலன்ஸ் அலறலோடு வினிதாவை மருத்துவமனைக்குள் அழைத்துச்சென்றுகொண்டிருந்தது.

களைப்பில் சுடர் பாப்பா பாக்கியத்தின் தோளில் சாய்ந்து தூங்கிவிட்டது.

ராமுவும், பாக்கியமும் நடந்துவிட்டதை நம்ப முடியாமல்

மருத்துவமனையின் வாசலில் பயத்திலும் துக்கத்திலும் நடுங்கியபடி நின்றுகொண்டிருந்தார்கள். எதிர்வரிசையில் நின்றிருந்த போலீஸ் சப்இன்ஸ்பெக்டரும், ஏட்டையாவும் பயத்தையும் மிரட்சியையும் ஏற்படுத்தினார்கள்.

அவசர சிகிச்சைப் பிரிவில் வைத்து, பூர்வாங்கப் பரிசோதனைகளைச் செய்து, அழைத்து வரப்பட்டவர் உயிரோடு இருக்கிறாரா இல்லையா என்பதை மருத்துவர் அறுதியிட்டுச் சொன்னால்தானே அதற்கு மேல் பிழைப்பதற்கான சாத்தியக் கூறுகளை குறித்து எதுவும் யோசிக்க முடியும்?

ராமுவுக்கு அந்த நிமிடங்கள் யுகங்களாக நீண்டன. வினிதா பிழைக்க வேண்டும் நாங்கள் குற்றவாளிகள் அல்ல என்ற இரண்டில் எந்த உணர்வு ராமுவையும், பாக்கியத்தையும் உலுக்கியது என்று அவர்களுக்கே புரியவில்லை.

கையில் மூன்று அல்லது நான்கு மாதம் மட்டுமே நிரம்பிய குழந்தையோடு நிற்கும் முப்பத்தைந்து வயது மதிக்கத்தக்க ஆண்; அருகில் அறுபது வயது தோற்றமுடைய பெண்; போகிற வருகிற அறிமுகமில்லாத மருத்துவமனைப் பணியாட்கள் கண்களில் எல்லாம் இவர்கள் குற்றவாளிகளாக இருப்பார்களோ என்ற சந்தேகமே ஒலித்தது.

“தற்கொலை பேஷன்ட் உங்களுக்கு என்ன உறவு?” என்று போகிற போக்கில் ஒருவன் கேட்க, “சார் உயிர் இருக்கா சார்?” என்று ராம் அவனிடம் பரிதாபமாகக் கேட்டான்.

“அதை டாக்டர் தான் சொல்வாரு... நான் சொல்லக்கூடாது” என்று படு அலட்சியமாக அவன் சொல்லிவிட்டு ராமிடம் ஒரு தாளில் கையெழுத்தை வாங்கிக்கொண்டு. அங்கிருந்து அகன்றுவிட்டான்.

தங்களைத் தவிர மற்ற எல்லோரும் பதட்டம் இல்லாமல் நிதானமாக இருப்பதாகவே ராமுவுக்குத் தோன்றியது.

நினைவடுக்கில் ஒரு முழு வட்டம் அடித்த பின்னாலும் எது இந்தப் பிரச்சனையின் தொடக்கப்புள்ளி என்று புரியாமல்

ராம் தடுமாறினான். 'அம்மாவா? வினிதாவா? நானேதானா? எல்லோருமேவா? புரிந்துவிட்டால் சரிசெய்துவிடலாம். ஆனால் அதற்கெல்லாம் முன்னதாக வினிதா உயிர் பிழைக்க வேண்டுமே! அவள் சாக வேண்டியவளே அல்ல; பைத்தியம்; பேசி எதையும் சரிசெய்துவிட முடியாது என்று நினைத்து விட்டாள். அட பேசி சரிசெய்ய முடியாவிட்டாலும் மனத்தில உள்ளதைக் கொட்டிவிட்டிருந்தால் அழுத்தம் குறைந்து போயிருக்குமே?'

'ஹூம். நானும்தானே பேசவில்லை? யாரும் யார் வார்த்தைகளையும் கேட்பதற்குக் கூட தயாராக இல்லாத அளவிற்கா வாழ்ந்து விட்டோம்? அந்த ஒழுங்குமுறையும், அட்டவணைப்படியான கண்டிப்புடன்தான் வாழ வேண்டும் என்பதும் ஒருவிதமான நோயோ? அடிக்கடி கை கழுவும் பழக்கம் கவனிக்கப்பட வேண்டியது என்பது போல், அன்றாட வாழ்க்கை முறைகளில் துல்லியத்தைத் துரத்துபவர்களும் கவனிக்கப்பட வேண்டியவர்களோ?'

குழந்தை வளர்ப்பு குறித்த அறியாமையும் தெரியாமையும் குற்றத்திற்கு சமானம் என்பதாக வினிதாவை ஒரு பெரும் பள்ளத்திற்குள் தன் பேச்சற்ற பார்வைகளால் அம்மா தள்ளி விட்டாளோ?

தன்னால் தன் குழந்தையைச் சரிவர பார்த்துக்கொள்ள முடியவில்லை என்று போதாமையாலும், அது ஏற்படுத்திய மன அழுத்தத்தாலும் இத்தனை கொடுமையான முடிவை வினிதா எடுத்துவிட்டாளோ?

பக்கத்தில் இருந்தும் அவளுக்குள் நிகழ்வதை நாம்தான் பார்க்கத் தவறிவிட்டோமோ?

ஒரே வீட்டுக்குள் மூன்று பேரும் நிறைவற்ற, நிம்மதியற்ற வாழ்க்கையை வாழ்ந்து, தனித்தனியாய் அழுத்தத்தில் அமிழ்ந்து, மற்றவரையும் அந்த மன அழுத்தத்திற்குள் ஆழ்த்திவிட்டோம் என்று மிகத் தெளிவாய் அவனுக்குப் புரிந்தது!

பிரச்சினையை ஒரு மனநல ஆலோசகரோடு பேசாமல் விட்டு விட்டோம் என்பது சடேர் என்று அவன் மண்டையில் அடித்தது.

சரியான மனநல மருத்துவர்களிடம் பேசியிருந்தால் எல்லாவற்றையும் சரிசெய்திருக்க முடியும் என்று தோன்றியது.

அம்மா, வினிதா என எல்லோரிடமும் பாரபட்சமின்றிப் பேசி புரிதலை ஏற்படுத்த வேண்டிய அந்த புத்திபூர்வமான மனிதர் கிடைப்பார் என்றே ராமுவுக்குள் தோன்றியது. அது நிச்சயம் நடக்கும் என்று அவன் தீவிரமாக நம்பினான். தன் அம்மாவின் கைகளை இறுக்கிப் பிடித்துக்கொண்டான்.

மருத்துவர் வெளியே வந்து வினிதாவை குறித்து நல்ல தகவல் சொல்லுவார் என்று ஏதோ ஒரு நம்பிக்கை அவன் மனதிற்குள் அமைதியைக்கொடுத்தது. இனி சரியாக வாழ்ந்து விடவேண்டும் என்று தனக்குத் தானே சொல்லிக்கொண்டு அந்த அவசர சிகிச்சைப் பிரிவின் வாசலில் டாக்டரின் வருகையை ராம் எதிர்பார்த்துக்கொண்டிருந்தான்.

கலைமகள் - மார்ச் 2022

ஆசிரியரிடமிருந்து ஒரு கடிதம்

சுமதி அவர்களுடைய சிறுகதைகளைக் கடந்த 12 மாதங்களாக கலைமகளில் வெளியிட்டு வந்தோம். சிறுகதைகளுக்கு நல்ல வரவேற்பு இருந்தது. பலர் என்னிடம் தொலைபேசியிலும், நேரிலும், தபாலிலும் பாராட்டுகளைத் தெரிவித்திருந்தார்கள்.

ஆடிட்டர் திரு சிவக்குமார் அவர்கள் இக் கதைகளைப் படித்து மிகவும் சிலாகித்து என்னிடம் பேசினார். இக் கதைகளைப் படிக்கும்போது நேரில் நடந்த சம்பவம் போல் தெரிவதாக என்னிடம் கருத்து தெரிவித்தார். அதேபோல் இந்தியா சிமெண்ட்ஸ் முன்னாள் துணைத் தலைவர் திரு ஹரிஹர சுப்பிரமணியன் அவர்களும் கதைகளைப் படித்துவிட்டு பாராட்டுகளைத் தெரிவித்தார். சகல தரப்பு வாசகர்களிடம் இருந்தும் பாராட்டுகளை இச் சிறுகதைத் தொடர் பெற்றது என்று சொன்னால் அது மிகையல்ல!

கதைகளை கலைமகளுக்கு அனுப்பியதும் என்னுடன் தொடர்பு கொள்வார் சுமதி அவர்கள். கதை எப்படி இருக்கிறது? ஏதாவது மாற்றம் செய்ய வேண்டுமா? எழுத்துப்பிழைகள் ஏதாவது இருக்கின்றனவா? என்று கேட்டு என்னிடமிருந்து பதில் வரும்

வரை மிகுந்த ஆவலுடன் காத்திருப்பார். ஓர் எழுத்தாளருக்கு உரிய பொறுப்புணர்வையும், சமூகத்தின் மீது இருக்கவேண்டிய அக்கறையையும் சுமதி அவர்களிடம் இருப்பதை நிறையக் கண்டேன். முழு ஈடுபாட்டுடன் எழுதியதால்தான் அவர் எழுதிய 12 சிறுகதைகளும் பெரும் வரவேற்பைப் பெற்றன.

கதைக் களம், கதை மாந்தர்களைத் தேர்வு செய்யும் உத்தி எல்லாமே சிறப்பாக இருந்தன. கதைமாந்தர்களுக்குள் நடைபெறும் உரையாடலில் சுமதி அவர்களுடைய பேனா சித்து விளையாட்டை நடத்திக் காட்டி இருக்கிறது என்றுதான் சொல்ல வேண்டும். சில நேரங்களில் கோபம், சில நேரங்களில் பரிதாபம், சில நேரங்களில் பொறுப்புணர்வான பேச்சு, சில நேரங்களில் மெல்லிய காதல் உணர்வு இப்படி எல்லாமே கதைமாந்தர்கள் இடம் காணப்பட்டதை வாசகர்கள் படித்து உணர்ந்திருப்பீர்கள்!!

சுறுசுறுப்பு மதி நுட்பம் திறமை மூன்றும் இவரிடம் காணப்படுவதால்தான் இவருடைய பெற்றோர்கள் இவருக்கு சுமதி என்று பெயர் வைத்தார்கள் போலும்! சிறுகதைகள் எழுதும் போதும் நம்மைச் சுற்றி நடக்கக் கூடிய விஷயங்களைச் சரியாக உள்வாங்கிக் கொண்டு எழுத்து வடிவம் கொடுக்க வேண்டும். அதனைக் கனகச்சிதமாகச் செய்திருந்தார் சுமதி அவர்கள்.

திறமையான வழக்கறிஞராகவும், சிறந்த மேடைப் பேச்சாளராகவும் விளங்கும் சுமதி அவர்கள், பாரத தேசத்தின் ராணுவ வீரர்கள் மீது ஒப்பற்ற மரியாதை கொண்டவர். முன்னாள் ராணுவ வீரர்களின் குடும்பங்களுக்கு இயன்ற உதவிகளை நண்பர்களின் துணையோடு செய்து வருவதோடு, இளைஞர்களிடம் பேச்சுப் போட்டி நடத்தி தேசத்தின் ராணுவத்தின் வலிமையையும், ராணுவ வீரர்களின் பங்களிப்பையும் சரியான முறையில் போதித்து வருகிறார்!!

கலைமகளுக்கு என்று சில பத்தியங்கள் உண்டு. சில எல்லைகளை நாங்கள் மீறுவது இல்லை. இது உ.வே.சா, கி.வா.ஜ. ஆகியோர் ஆசிரியராக இருந்த பொழுது கோடிட்டுக்

காட்டிய வழிமுறைகளாகும். இதனை நாங்கள் மீறுவதில்லை. சுமதி அவர்களுடைய கதைகள் எல்லாமே எங்களுடைய கலைமகளுக்கு ஏற்ற முறையில் இருந்தது என்று சொல்வதோடு மட்டுமல்லாமல், இலக்கியச் சிந்தனை, சாகித்திய அகாதமி போன்ற நிறுவனங்கள் பாராட்டி விருது கொடுக்கும் அளவிற்கு அமைந்திருந்தது என்பதுதான் உண்மை.

கலைமகள் குடும்பத்தின் சார்பில் சுமதி அவர்களுக்கு எங்களது நன்றியைத் தெரிவித்துக்கொள்கிறோம். கலைமகளின் 90 ஆவது ஆண்டில் சிறப்பான முறையில் 12 சிறுகதைகளைத் தந்தவருக்கு எங்களது பாராட்டுகளையும் தெரிவித்துக்கொள்கிறோம்.

கீழாம்பூர் சங்கரசுப்பிரமணியன்
ஆசிரியர் - கலைமகள்

www.ingramcontent.com/pod-product-compliance
Ingram Content Group UK Ltd.
Pitfield, Milton Keynes, MK11 3LW, UK
UKHW042019190726
13854UKWH00005B/2375